AF741730

വിനീത അനിൽ

കണ്ണൂർ ജില്ലയിലെ പേരാവൂരിൽ ജനനം. അച്ഛൻ : കെ. കെ. രാഘവൻ, അമ്മ : സി. ശാരദ. ബിരുദ പഠനത്തിന് ശേഷം ആന്ധ്രപ്രദേശിൽ സ്കൂൾ ഇൻ ചാർജായി കുറച്ച് വർഷം ജോലി നോക്കി. കൈരളി ബുക്സ് നോവൽ മത്സരത്തിൽ അവസാന ചുരുക്കപ്പട്ടികയിൽ വന്ന ഹാഷെപ്സ്റ്റു ആദ്യ നോവൽ. തുടർന്ന് അവളിലേക്കുള്ള യാത്രയിൽ എന്ന നോവലും പ്രസിദ്ധീകരിച്ചു. ഇപ്പോൾ കൈരളി ബുക്സ് അസിസ്റ്റന്റ് എഡിറ്ററായി ജോലി നോക്കുന്നു.

സഹോദരങ്ങൾ : വിനോദ്, വിജിനി മനോജ്

ഭർത്താവ് : അനിൽകുമാർ

മകൻ : അമൽജിത്ത്

വിലാസം : അമ്പാടിയിൽ ഹൗസ്, വെള്ളർ വള്ളി പി.ഒ., പേരാവൂർ

Mob : 7907088049

Malayalam Language
Kadhaparayunna Kannukal
(Stories)
by
Vineetha Anil
♦
Published in December 2021
by Kairali Books Private Limited
Thalikkavu Road, Kannur.
Ph : 0497-2761200
E-Mail : kairalibooksknr@gmail.com
♦
Cover Design :
Prasanth Mangad
♦

72/21-22/Sl.No.1263/500/NS 18.6
ISBN 978-93-49727-12-0

കഥപറയുന്ന കണ്ണുകൾ

വിനീത അനിൽ

കൈരളി ബുക്സ്

പ്രിയപ്പെട്ട അച്ഛന്, രണ്ടമ്മമാർക്ക്,
കൂടെ നിൽക്കുന്ന എന്റെ കുടുംബത്തിന്,
ആദ്യ പുസ്തകം മുതൽ ഇവിടെ വരെ
കൂട്ടായി നിൽക്കുന്ന
എന്റെ പ്രിയ സൗഹൃദങ്ങൾക്ക്,
ഈ പുസ്തകം തുറക്കുന്ന
പ്രിയപ്പെട്ട വായനക്കാർക്ക്...

സ്നേഹത്തോടെ
വിനീത അനിൽ

ഉള്ളടക്കം

കഥയല്ലിത് ജീവിതം

'അവളെയൊന്നു പേടിപ്പിക്കാൻ വേണ്ടി ഇടിപ്പിച്ചതാ. ഇത്രേം പറ്റുമെന്ന് വിചാരിച്ചില്ല ചേച്ചീ.'

പ്രതീക്ഷിച്ച ഡയലോഗ് ആയതുകൊണ്ട് ഞാൻ ഒന്നും പറയാതെ അവനെത്തന്നെ നോക്കിയിരുന്നു.

എന്റെയൊരു കസിൻ ചേച്ചിയുടെ മകനാണവൻ. പ്ലസ് ടു തോറ്റതിന് ശേഷം അച്ഛന്റെ കൂടെ ആശാരിപ്പണി പഠിക്കാൻ പോയി. ഇപ്പോൾ സ്വന്തമായി വർക്കുകൾ ഏറ്റെടുത്തുതുടങ്ങി.

നാട്ടിലെത്തിയപ്പോൾ ആദ്യം കേട്ടത് അവന്റെ ബൈക്ക് കാറിനിടിച്ചു ആക്സിഡന്റായി അവൻ കാലിന്റെ എല്ലുപൊട്ടി തലയിൽ ചെറിയൊരു ഓപ്പറേഷനും കഴിഞ്ഞു വിശ്രമത്തിൽ ആണെന്ന വാർത്ത ആയിരുന്നു.

എപ്പോളും കാണാറോ സംസാരിക്കാറോ ഇല്ലെങ്കിലും അവനെ എനിക്ക് നല്ലോണം അറിയാമായിരുന്നു. കാരണം ഞങ്ങളുടെ നാട്ടിലെ പരസ്യമായൊരു രഹസ്യപ്രണയത്തിലെ നായകൻ ആയിരുന്നു അവൻ. പെൺകുട്ടി പ്ലസ് ടു പഠിക്കുകയാണ്. പലയിടങ്ങളിലും അവർ നിന്ന് സംസാരിക്കുന്നതു പലരും പറഞ്ഞുകേട്ടിട്ടുണ്ട്.

സ്വാഭാവികമായും തേപ്പു കിട്ടിയതാണെന്ന് അവന്റെ കുറ്റസമ്മതം കേട്ടപ്പോൾ എനിക്കു മനസ്സിലായി. അതുകൊണ്ട് തന്നെ ഒരു ദയയും തോന്നിയില്ലെനിക്ക്.

'ഇത് പോരായിരുന്നു. ഇത്തിരികൂടി ആവായിരുന്നു. അപ്പൊ അവൾ ഇത്തിരികൂടി സ്പീഡിൽ വന്നേനെ.'

'ഇല്ല ചേച്ചീ...ഞാൻ ചത്താലും അവളിനി വരില്ല. അവസാനത്തെ ശ്രമമായിരുന്നു. അതും തീർന്നു. അവന്മാർ അത് കൊളമാക്കി.'

അപ്പോളത്തെ അവന്റെ മുഖഭാവം കണ്ടപ്പോൾ എനിക്കും പാവം തോന്നി.

'സാരോല്ല. ലോകത്തു ലൈനടിച്ച പെണ്ണ് കൈവിട്ടുപോയ ആദ്യത്തെ കാമുകനൊന്നുമല്ല. നീ വിട്ടുകള. ഓളല്ലേൽ ഓളെക്കാൾ വല്യോള്. അത്രേയുള്ളു കാര്യം.'

'എനിക്കവളെ ഭയങ്കര ഇഷ്ടായിരുന്നു ചേച്ചീ. എന്നിട്ടാണവൾ.'

അവനിപ്പോ കരയുമെന്നു തോന്നിയെനിക്ക്. നല്ല ചുറുചുറുക്കുള്ള

ആരോഗ്യവാനായ ചെറുപ്പക്കാരനായിരുന്നു അവൻ. ഇപ്പോൾ ആകെ കോലം കെട്ട് കണ്ണൊക്കെ ഇടുങ്ങിത്താണു മുഖത്തെ എല്ലുകൾ പൊങ്ങി നിന്നു.

'ചില പെൺകുട്ടികൾ മനസ്സിന് തൃപ്തിയില്ലാതെയാ പ്രേമം തുടങ്ങുക. ഒത്തുപോകാൻ പറ്റാതാവുമ്പോ തീർത്തും വിട്ടിട്ടുപോകും. അതായിരിക്കും കാര്യം. നീ വിഷമിക്കാതിരിക്കൂ.'

വേറൊന്നും പറയാൻ കിട്ടിയില്ലെനിക്കപ്പോൾ.

ഒന്നും മിണ്ടാതെ മുഖം തുടച്ചു. അവൻ ഫോൺ ലോക്ക് ഓപ്പൺ മാറ്റി ഗാലറി എന്റെ നേർക്ക് നീട്ടി. അതിൽനിറയെ അവർ രണ്ടുപേരും ആയിരുന്നു. പല പോസിൽ. ചുമലിൽ കൈ ഇട്ടും നെഞ്ചിൽ ചേർന്നും വളരെ സന്തോഷത്തോടെ ആണവൾ പോസ് ചെയ്തിരിക്കുന്നത്.

അതിനേക്കാൾ എന്നെ അതിശയിപ്പിച്ചത് ചില ഫോട്ടോകൾ ബെഡ്റൂമിൽ വച്ച് രാത്രി എടുത്തതാണ് എന്നതാണ്.

'ഇതെന്താടാ ഇത്? ഇതേതു ബെഡ് റൂം ആണ്?'

'അവളുടെ റൂം ആണ്. ഞാനവളെ കാണാൻ പോകാറുണ്ടായിരുന്നു.' ഒരു കൂസലുമില്ലാത്ത മറുപടി.

'അപ്പോ അവളുടെ വീട്ടുകാരൊന്നും അറിയില്ലേ?'

'ഇല്ല. എല്ലാരും ഉറങ്ങിയാൽ അവളെനിക്ക് വാട്സാപ്പ് അയക്കും. ടെറസ്സിലെ ഡോർ തുറന്നുവയ്ക്കും. പുറകിലെ ഏണിവഴി ടെറസ്സിലൂടെ ഉള്ളിൽ കയറാം. അവിടെ അവൾ വെയിറ്റ് ചെയ്യും. എന്നിട്ട് ഞങ്ങൾ അവളുടെ റൂമിലേക്ക് പോകും. പുലരാറാവുമ്പോ ഞാൻ മിസ്കോൾ അടിക്കും, മിത്തുവിനെയോ സുജിയെയോ. അവരെന്നെ വന്നു കൊണ്ടുപോകും.'

കടയിൽ സാധനം വാങ്ങാൻ പോകുന്ന ലാഘവത്തോടെയാണ് അവനത് പറഞ്ഞതെങ്കിലും കണ്ണുകളിൽ കാണാമായിരുന്നു ഇണയെ നഷ്ടപ്പെട്ടതിന്റെ തീവ്രവേദന.

'അവൾക്കായിരുന്നു എല്ലാത്തിനും വാശിയും നിർബന്ധവും. എത്ര സ്നേഹിച്ചാലും മതി വരില്ലായിരുന്നു അവൾക്ക്. ശരിക്കും എന്റെ ഭാര്യ തന്നെയായിരുന്നു. എന്നിട്ടിപ്പോ എൻട്രൻസ് എഴുതിക്കിട്ടി എന്ന ഒറ്റക്കാരണം പറഞ്ഞാ അവളെന്നെ തീർത്തും ഒഴിവാക്കിയത്.'

'അവളറിഞ്ഞോ നിനക്ക് ആക്സിഡന്റ് പറ്റിയത്?'

'അതല്ലേ ചേച്ചീ അവന്മാർ കൊളമാക്കിയത്. അവളെ വിളിച്ചുപറഞ്ഞിട്ട് ഒരാഴ്ചയായിട്ടും അവൾ വന്നില്ല. അവന്മാർ അവളെ വഴിയിൽ തടഞ്ഞിട്ട് കൊറേ ചീത്ത വിളിച്ചത്രേ അവസാനം. അന്ന് അവളെന്നെ വിളിച്ചു. കുറെ വഴക്കുപറഞ്ഞു. എന്നിട്ട് എങ്ങിനെയുണ്ട് എന്നുപോലും

ചോദിക്കാതെ ഫോൺ വച്ചു.'

ഇപ്പോ കരയും എന്ന മട്ടിൽ ആണ് അവന്റെ ഇരിപ്പ്. പിന്നെ ഒന്നും ചോദിക്കാൻ തോന്നിയില്ല. ഇത്രയും ഫോട്ടോസും ചാറ്റ് ലിസ്റ്റും അവന്റടുത്തുണ്ട് എന്ന അറിവുണ്ടായിട്ടും അവനെ പുല്ലുപോലെ തള്ളിക്കളയാൻ മാത്രം ധൈര്യം ആ പെൺകുട്ടിക്ക് എങ്ങനെ വന്നു എന്നാണ് ഞാൻ ചിന്തിച്ചത്. എത്രയൊക്കെ വേദനിച്ചാലും അവൻ തന്നെ അപമാനിക്കില്ലെന്ന് അത്രയും വിശ്വാസമുണ്ടോ അവൾക്ക്?

രാത്രിയിൽ സ്വന്തം റൂമിലേക്ക് കാമുകനെ വിളിക്കാൻമാത്രം തന്റേടം നാട്ടിൻപുറങ്ങളിലെ പെൺകുട്ടികൾക്കുപോലും ഉണ്ടെന്ന അറിവും ഒരു ഞെട്ടൽ തന്നെ ആയിരുന്നു. മാറ്റങ്ങൾ നല്ലതുതന്നെ. പക്ഷേ, അത് അമിതമാവാതിരിക്കട്ടെ.

സ്വന്തം മക്കൾക്ക് മൊബൈലും നെറ്റും മറ്റു സൗകര്യങ്ങളും ഉണ്ടാക്കി. അവർക്കായൊരു റൂമും കൊടുത്തു. സ്വയം പര്യാപ്തമാക്കാൻ ശ്രമിക്കുന്നതിനിടയിൽ ഇതുപോലുള്ള പല ദുരന്തങ്ങളും നാം അറിയുന്നില്ല. ഇന്നത്തെ കുട്ടികൾക്ക് അച്ഛമ്മയോ അമ്മമ്മയോ കൂടെയില്ല. ഉണ്ടെങ്കിലും അവരുടെകൂടെ കിടക്കാൻ കുട്ടികളിഷ്ടപ്പെടുന്നില്ല. കാരണം അവരെ നമ്മളത് ശീലിപ്പിച്ചിട്ടില്ല.

ആധുനികയുഗത്തിൽ പുരോഗമന ചിന്തകൾ വളരട്ടെ. സ്വാഭാവികം. നമുക്കും സന്തോഷം തന്നെ.

എങ്കിലും ചിലതൊക്കെ ആഭാസമായിക്കൊണ്ടിരിക്കുകയാണ്.

പ്രായശ്ചിത്തം

നേരം പുലർന്നുവരുന്നേയുള്ളൂ. കോരിച്ചൊരിയുന്ന ഈ മഴയത്തു ഞാനും അമ്മയും നടക്കാൻ തുടങ്ങിയിട്ട് അരമണിക്കൂർ ആയി. വലതു കാലിന്റെ ശേഷിക്കുറവും വലിച്ച് എന്നേക്കാൾ ഒരുപാടു ദൂരം എത്തിയിരിക്കുന്നു അമ്മ. കുട ഉണ്ടെങ്കിലും നനഞ്ഞൊട്ടി ഞങ്ങൾ.

അത്രയും വലിയ കാറ്റും മഴയും.

ആരുമില്ല റോഡിലെങ്ങും.

അമ്മയ്ക്കു വേണ്ടിയാണ് ഈ യാത്ര. ഒന്നരവർഷം മുന്നേ ഇവിടെ വച്ചാണ് അച്ഛൻ അബദ്ധത്തിൽ ട്രെയിനിന് മുന്നിൽ വീണ് അമ്മയുടെ കൺമുന്നിൽവച്ച് ചിതറിപ്പോയത്. അവിടെക്കാണ് അമ്മയുടെ നിർബന്ധപ്രകാരം ഞങ്ങൾ പുറപ്പെട്ടത്.

സുധിയേട്ടൻ വരാൻ തയ്യാറായെങ്കിലും അമ്മയ്ക്ക് സമ്മതമല്ലായിരുന്നു.

അച്ഛനും അമ്മയും ഞങ്ങൾ ഇരട്ടപെൺകുട്ടികളും അടങ്ങുന്നതായിരുന്നു ഞങ്ങളുടെ കുടുംബം. അമ്മയുടെ കാലിന്റെ ശേഷിക്കുറവ് എന്നെക്കാൾ മിനിട്ടുകൾക്കു മൂപ്പുള്ള ചേച്ചിക്ക് കിട്ടി. അതിനെപ്പറ്റി എന്നും അമ്മ ഉരുകിക്കൊണ്ടേയിരുന്നു.

അച്ഛൻ പൊതുവെ ഗൗരവക്കാരനായിരുന്നു. എങ്കിലും അമ്മയെ വേദനിപ്പിക്കാറില്ലായിരുന്നു ഒന്നിനും. തന്റെ കുറവ് മനസ്സിലാക്കി എന്നും അമ്മ ഒതുങ്ങിജീവിച്ചു.

വില കുറഞ്ഞൊരു കോട്ടൺസാരിയും ഒരു താലിമാലയും. അതിൽ കൂടുതൽ ഒന്നും അമ്മ ആഗ്രഹിച്ചു കണ്ടിട്ടില്ല. കാലിന്റെ ശേഷിക്കുറവാകാം...അപകർഷതാബോധം അമ്മയുടെ കൂടപ്പിറപ്പായിരുന്നു.

അച്ഛന് സമൂഹത്തിൽ നല്ല ബന്ധങ്ങളും സ്ഥാനവും ഉണ്ടായിരുന്നു.

എങ്കിലും അമ്മ ഒന്നിലും ഇടപെടുകയോ കൂടെ പോവുകയോ ചെയ്തില്ല. ആദ്യമൊക്കെ അച്ഛൻ നിർബന്ധിക്കാറുണ്ടായിരുന്നു. പിന്നെ ഒന്നും പറയാറില്ല.

ഒരുപാട് അന്വേഷണങ്ങൾക്കും കാത്തിരിപ്പിനും ശേഷമാണ് ഞങ്ങളുടെ വിവാഹം ഉറപ്പിച്ചത്. ചേച്ചിയുടെ മുടന്ത് വിവാഹകമ്പോളത്തിൽ അവളുടെ വില ഇടിച്ചു. എന്നെ മാത്രമായി വിവാഹം ചെയ്തയക്കില്ലെന്ന്

അമ്മയ്ക്ക് വാശിയായിരുന്നു. അവസാനം സുധിയേട്ടനും അദ്ദേഹത്തിന്റെ ചേട്ടൻ സതീഷേട്ടനുമായി ഞങ്ങളുടെ വിവാഹം ഉറപ്പിച്ചു.

ഒരേ വീട്ടിലേക്കു ഞങ്ങളെ അയക്കാൻ അച്ഛന്റെ സമ്പാദ്യത്തിന്റെ മുക്കാലും സതീഷേട്ടന് വാഗ്ദാനം ചെയ്തിരുന്നു.

വിവാഹത്തിന് ഒരാഴ്ച മുന്നേ ആയിരുന്നു അച്ഛന്റെ മരണം. അമ്മ യുടെ നേർച്ച തീർക്കാൻ വന്നതായിരുന്നു ഇവിടെ. പിന്നെ ഒന്നരവർഷം. അതിനിടെ എന്റെ കുറെ കുഞ്ഞുസ്വപ്നങ്ങളും തകർന്നുപോയി.

ഇരുപതുദിവസങ്ങൾക്കുമുന്നേ വീണ്ടും വീടൊരുങ്ങി. ലളിതമായ ചട ങ്ങുകളോടെ ഞങ്ങൾ സുമംഗലികളായി.

മഴ ശക്തി പ്രാപിച്ചു. കുന്നിന്റെ ചെരിവിലൂടെയാണ് അമ്മ നടക്കുന്ന ത്. റെയിൽപാളത്തിന്റെ കുറച്ചു മേലെ. ശക്തിയായ കാറ്റിൽ എന്റെ കുട പുറകിലേക്ക് ചാഞ്ഞു. ഞാനത് മുറുക്കെ പിടിച്ച് അമ്മയുടെ പുറകെ ഓടി. മഴനൂലുകൾ അമ്മയെ മറച്ചിരിക്കുന്നു. മെലിഞ്ഞ നനഞ്ഞൊട്ടിയ അമ്മയുടെ രൂപം ഒരു നിഴൽപോലെ കാണാം.

ആരുമില്ല വഴിയിലെങ്ങും.

എന്റെയുള്ളിൽ അമ്മയുടെ വന്യമാർന്ന വേഗം ഭയം ജനിപ്പിച്ചു. ലക്ഷ്യം എത്തിയത് അമ്മ അറിഞ്ഞെന്നു തോന്നുന്നു. നടത്തം നിർത്തി യിരിക്കുന്നു അമ്മ.

എന്റെയുള്ളിൽ ഒരു മിന്നൽ പാഞ്ഞു. ഒരു ചെരിവുള്ള പ്രദേശമാ ണ്. ചലനമില്ലാതെ പാളത്തിലേക്ക് നോക്കി ഒരു കൈകൊണ്ട് താലി യിൽ മുറുകെ പിടിച്ച് തിരിഞ്ഞുനിൽക്കുകയാണ് അമ്മ.

ഇവിടെയാണ് അച്ഛന്റെ അവസാനശ്വാസവും നിമിഷങ്ങളും തീർന്നു പോയത്. അന്നുമുതൽ ഇന്നുവരെ അമ്മ ചിരിച്ചിട്ടില്ല. താലി അഴിക്കി ല്ലെന്നുമാത്രം വാശി പിടിച്ചു. ഞങ്ങളും നിർബന്ധിച്ചില്ല.

കുടയുടെ മറവിൽ എനിക്ക് അമ്മയുടെ മുഖം കാണുന്നില്ലായിരു ന്നു. എങ്കിലും അമ്മയുടെ മനസ്സിലെ വേദന ഞാൻ ഊഹിച്ചു. കാരണം ഇന്നു ഞാനും ഒരു ഭാര്യയാണ്.

പതുക്കെ ഞാൻ അമ്മയെ ചേർത്തുപിടിച്ചു.

'സാരോല്ല അമ്മേ. ദൈവം വിളിച്ചാൽ പോകാതിരിക്കാനാവില്ലല്ലോ.'

കണ്ണീരടക്കി ഞാൻ അമ്മയെ സമാധാനിപ്പിക്കാൻ ശ്രമിച്ചു.

'ദൈവം വിളിച്ചതാണെന്ന് ആരു പറഞ്ഞു?'

എന്നെ ഞെട്ടിച്ചുകൊണ്ട് അമ്മയുടെ മരവിച്ച സ്വരം പുറത്തേക്കു വന്നു.

ഞെട്ടി ഞാൻ അമ്മയെ നോക്കി.

നനഞ്ഞൊട്ടി മരവിച്ച മുഖം.

അകലങ്ങളിലേക്ക് നോക്കി നിൽക്കുകയാണമ്മ.

ഇനിയൊരു വാക്കു ചോദിയ്ക്കാൻ എനിക്ക് ധൈര്യം വന്നില്ല. കിടുങ്ങുന്ന ഹൃദയവുമായി ഞാൻ തളർന്നുനിന്നു.

നിമിഷങ്ങളുടെ നിശബ്ദതയ്ക്കൊടുവിൽ ഞാൻ അറിയാതെ എന്നിൽ നിന്ന് പുറത്തേക്കു വന്നു.

'പിന്നെ?'

ഒരുനിമിഷം. അമ്മ എന്റെ നേർക്ക് തിരിഞ്ഞു. കണ്ണുകളിൽ തീ പറക്കുന്നതുപോലെ. മരവിച്ച മുഖത്ത് വല്ലാത്തൊരു ഭാവം.

'ഞാനാ...ഞാൻ ഈ കൈകൾകൊണ്ട് തള്ളിയിട്ടതാണ്.'

ശക്തിയായ കാറ്റിൽ കുട വിട്ടുകളഞ്ഞു. രണ്ടുകൈകളും ഭ്രാന്തിയെപ്പോലെ എന്റെ മുഖത്തേക്കു നീട്ടി അമ്മ ചീറിക്കൊണ്ട് പറഞ്ഞു.

എന്റെ ഹൃദയം നിലച്ചുപോയെങ്കിൽ എന്ന് ഞാൻ ആശിച്ചു.

എന്റെ കൈകളും കാലുകളും തളർന്നു.

ഞാൻ അലറിക്കരഞ്ഞുകൊണ്ട് അമ്മയുടെ ചുമലിൽ പിടിച്ചു.

'എന്തിന്?' ഞാൻ പൊട്ടിക്കരഞ്ഞു.

'പാവം എന്റച്ഛൻ നിങ്ങളോട് എന്തു തെറ്റ് ചെയ്തു?'

കോരിച്ചൊരിയുന്ന മഴയിൽ എന്റെ അലർച്ച മുങ്ങിപ്പോയി. എന്റെ കരച്ചിലിനിടയിലൂടെ ഒരു തീവണ്ടി ഭൂമി വിറപ്പിച്ചു കടന്നുപോയി.

'പിന്നെ ഞാനെന്തു ചെയ്യണമായിരുന്നു? മക്കളുടെ വിവാഹത്തിന് ഒരാഴ്ചമുന്നേ അച്ഛനെ കാമുകിയുടെ കൂടെ ഒളിച്ചോടാൻ അനുവദിച്ച് എന്റെ മക്കളുടെ ജീവിതം നശിപ്പിക്കണമായിരുന്നോ? നിനക്കൊരു ജീവിതം ഇനിയും കിട്ടിയേക്കാം. പക്ഷെ നിന്റെ ചേച്ചിയോ?'

എന്റെ ഞെട്ടൽ പൂർണ്ണമായി. കാലുകൾ കുഴഞ്ഞു. ഞാൻ ആ വെള്ളമൊഴുകുന്ന ചെരിവിലേക്കിരുന്നു. എന്റെ കൺമുന്നിൽ അമ്മ ഒരു നനഞ്ഞുതുടങ്ങിയ കടലാസു നീട്ടി. അക്ഷരങ്ങൾ നനയുംമുന്നേ ഞാനതു തട്ടിപ്പറിച്ചു. അതിലേക്ക് മുഖം താഴ്ത്തി.

അധികമൊന്നുമില്ല അതിൽ. കുറച്ചുവരികൾ മാത്രം.

'ഇനിയും ബന്ധങ്ങളുടെയും ബന്ധനങ്ങളുടെയും പേരുപറഞ്ഞ് അകന്നുജീവിക്കാൻ വയ്യെനിക്ക്. അടുത്ത തിങ്കളാഴ്ച പുലർച്ചെ ഞാൻ റെയിൽവേസ്റ്റേഷനിൽ കാത്തിരിക്കും. ഒൻപതുമണിക്കുള്ളിൽ നീ എത്തിയില്ലെങ്കിൽ ഞാൻ നിന്റെ വീട്ടിലേക്കു വരും. അത്രയ്ക്കു സഹിച്ചു ഞാൻ. ഇനിയൊരു യാത്ര നിന്റെ കൂടെ മാത്രം. ഇല്ലെങ്കിൽ നിന്റെ കൺമുന്നിൽ തീരും ഞാൻ. എന്നെ പിരിഞ്ഞുജീവിക്കാൻ നിനക്കും കഴിയില്ലെന്ന് ആയിരംതവണ പറഞ്ഞതല്ലേ എന്നോട്. എനിക്കറിയാം നീ വരുമെന്ന്. കാത്തിരിക്കും ഞാൻ.'

കണ്ണീരൊഴുകി എന്റെ കാഴ്ച മറഞ്ഞു.

വിദൂരതയിൽ എവിടെനിന്നോ എന്നവണ്ണം അമ്മയുടെ സ്വരം ഞാൻ കേട്ടു.

'നിന്റച്ഛന്റെ ലാപ്ടോപ്പ് ബാഗിനുള്ളിൽനിന്നാണ് ഇത് കിട്ടിയതെനിക്ക്. അതിനും കുറെദിവസങ്ങൾ മുന്നേ ഞാൻ ശ്രദ്ധിച്ചുതുടങ്ങിയിരുന്നു നിന്റെ അച്ഛന്റെ മാറ്റം. എന്തുചോദിച്ചാലും ദേഷ്യം. ആലോചന. ഒരുപാട് ആലോചിച്ചു ഞാൻ. ഇതുകിട്ടിയതോടെ എനിക്കു മനസ്സിലായി എല്ലാം. സ്വന്തം കുഞ്ഞുങ്ങളുടെ ജീവിതത്തേക്കാൾ കാമുകിയെ സ്നേഹിക്കുന്ന ഒരു ഭർത്താവിനെ വേണ്ടെന്നു ഒരുപാട് ആലോചിച്ചിട്ടാണ് ഞാൻ തീരുമാനിച്ചത്.'

ഉന്മാദത്തോടെ അമ്മ തുടരുകയാണ്. 'എല്ലാം ഞാൻ പ്ലാൻ ചെയ്തതാണ്. ഇവിടെവച്ചാണ് അദ്ദേഹത്തെ ഞാൻ തള്ളിയത് താഴേക്ക്. എന്റെ കൺമുന്നിൽ ആണ് ചിതറിപ്പോയത്. വലത്തേ കൈ തെറിച്ചുവന്ന് എന്റെ നെഞ്ചിലാണ് അള്ളിപ്പിടിച്ചത്. ഈ താലിയിൽ. അവസാനത്തെ പിടച്ചിലായിരുന്നു ആ കൈകളിൽ. അതുകൊണ്ടുതന്നെയാണ് ഈ താലി ഞാൻ അഴിക്കാത്തതും. എന്റെ മക്കൾ സുമംഗലികളാവുന്നത് അയാൾ ഇതിലൂടെ കാണും. കാണണം. കണ്ടുകഴിഞ്ഞു. ഇനിയിത് ഞാൻ ഇവിടെ ഉപേക്ഷിക്കും. അതിനാണ് വന്നതും.'

'ഒന്നു നിർത്തൂ.'

മഴയേക്കാൾ ഉച്ചത്തിൽ ഞാൻ അലറി.

തളർന്നകാലുകളിൽ സർവ്വശക്തിയും സംഭരിച്ച് എഴുന്നേറ്റുനിന്ന് ഞാൻ പൊട്ടിക്കരഞ്ഞുകൊണ്ട് അമ്മയുടെ കാൽക്കലേക്ക് കുഴഞ്ഞു വീണു. ഹൃദയം നുറുങ്ങുന്ന വേദനയോടെ ഞാൻ അലറിക്കരഞ്ഞു കൊണ്ട് പറഞ്ഞു.

'അതെനിക്ക് ഫസൽ കൊടുത്തുവിട്ട കത്തായിരുന്നു. അച്ഛന് ഞങ്ങളുടെ ബന്ധത്തെപ്പറ്റി മുന്നേ സൂചന കിട്ടിയിരുന്നു. ചേച്ചിയുടെ ജീവിതം കൂടി ഞാൻ കാരണം തീർന്നുപോകാതിരിക്കാൻ ആരുമറിയാതെ അച്ഛനെന്നെ ശ്രദ്ധിക്കുകയായിരുന്നു. കത്തു കിട്ടിയതോടെ അച്ഛൻ ഭ്രാന്തുപിടിച്ച അവസ്ഥയിലേക്കു എത്തിയിരുന്നു. എന്നിട്ടും ആരെയും അറിയിച്ചില്ല പാവം. ഉപദേശങ്ങൾക്കിടയിലാണ് അമ്മയുടെ നേർച്ചയും അച്ഛന്റെ മരണവും. അച്ഛന്റെ ആത്മാവിനുവേണ്ടിയാണ് ഞങ്ങൾ പിരിഞ്ഞത്.'

കോരിച്ചൊരിയുന്ന മഴയിൽ എന്റെ അലർച്ചയും പൊട്ടിക്കരച്ചിലും ഇടകലർന്നു. ഞാൻ തലയുയർത്തി അമ്മയെ നോക്കി. എന്റെയുള്ളിൽ അമ്മയോടുള്ള വെറുപ്പും അച്ഛനോടുള്ള സ്നേഹവും തിരതല്ലി.

'അച്ഛാ...' എന്നു വിളിച്ചുകൊണ്ട് ഞാൻ അലറിക്കരഞ്ഞു. നിലത്ത് വീണുരുണ്ടു. മരവിച്ച മുഖവുമായി അമ്മ ശ്വാസം നിലച്ചതുപോലെ നിന്നു. ഒരു ശവത്തിനെപ്പോലെ...അനക്കമറ്റ്.

ട്രെയിനിന്റെ ശബ്ദം അടുത്തുവരുന്നുണ്ടായിരുന്നു. എന്റെ മുന്നിൽ കണ്ടിരുന്ന അമ്മയുടെ പാദങ്ങൾ പുറകിലേക്ക് നീങ്ങി.

ഒറ്റനിമിഷം...എന്റെ ഹൃദയത്തിലൂടെ ഒരു ഞെട്ടൽ കടന്നുപോയി.

ഞാൻ ഞെട്ടി തലയുയർത്തി.

അമ്മ മുന്നോട്ടു ഓടിക്കഴിഞ്ഞിരുന്നു. ഞാൻ ചാടിയെണീറ്റ് പുറകെ ഓടി. നനഞ്ഞ വസ്ത്രങ്ങളും സുഖമില്ലാത്ത കാലും വലിച്ച് അമ്മ വന്യമായ വേഗത്തിൽ താഴേക്കു കുതിച്ചു.

'അമ്മേ...' സർവ്വശക്തിയും സംഭരിച്ച് ഞാൻ അലറിക്കരഞ്ഞുകൊണ്ട് പുറകെ ഓടി, അമ്മയുടെ സാരിത്തുമ്പിൽ പിടിച്ചു.

ഒറ്റനിമിഷം.

കാതടപ്പിക്കുന്ന അലർച്ചയോടെ എന്റെ മുടിയിഴകളെ വരെ വിറപ്പിച്ച് ട്രെയിൻ കടന്നുപോയി. എന്റെ കൺമുന്നിൽ അമ്മ ചിതറി കഷണങ്ങളായി.

അബോധത്തിലേക്കു വീഴുമ്പോൾ ഞാൻ കണ്ടു, അമ്മയുടെ ചിതറിയ വലതുകൈ അവസാനത്തെ പിടപ്പോടെ എന്റെ കാൽക്കൽ.

നിനക്കില്ലൊരു ലോകം

നേരം സന്ധ്യ മയങ്ങുകയായിരുന്നു.

താന്നിക്കാവിന്റെ ഉള്ളിൽ, പേരറിയാത്ത ഒരായിരം മരങ്ങൾ തണൽ വിരിച്ച ഇരുട്ടിൽ കാശി നിശ്ശബ്ദം നിന്ന് കാതോർത്തു. ചീവീടുകളുടെ സംഗീതവും ചേക്കാറാനൊരുങ്ങുന്ന പക്ഷിക്കൂട്ടങ്ങളുടെ ചിറകടിശബ്ദവും മാത്രമേയുള്ളു ഇപ്പോൾ.

അവൻ ഇടതുവശത്തേക്ക് നോക്കി.

ഇത്രയും സമയം കേട്ടുകൊണ്ടിരുന്ന സീൽക്കാരവും ഇക്കിളിച്ചിരികളും നിലച്ചിരിക്കുന്നു. മുല്ലയും കുറ്റിച്ചെമ്പരത്തിയും കാട്ടുവള്ളികളും പടർന്നുപന്തലിച്ച വള്ളിക്കുടിലിനുള്ളിലെ മങ്ങിയ വെളിച്ചത്തിൽ നിളയുടെ വെളുത്ത തുടകൾ അവനു കാണാമായിരുന്നു. നോക്കിനിൽക്കെ അതിനുമുകളിലേക്ക് ഒരു ചുവന്ന പാവാട വന്നുവീണു.

പെട്ടെന്നാണ് കാടിനുള്ളിൽനിന്നും ആടിന്റെ കരച്ചിൽ ഉയർന്നത്.

പതറിപ്പോയ ശ്രദ്ധ വീണ്ടെടുത്തുകൊണ്ട് അവൻ ചെറുതായൊന്ന് വിസിലടിച്ചു.

വള്ളിപ്പടർപ്പിനുള്ളിലെ തണുത്ത, ജീർണ്ണിച്ച കറുത്ത ഇലകൾക്കിടയിൽ നിളയുടെ മദിപ്പിക്കുന്ന യൗവനത്തിൽ മുഖമമർത്തി തളർന്നുകിടക്കുന്ന അബ്ദുവിന്റെ കണ്ണുകളിൽ വെറുപ്പ് തിളങ്ങി.

അവൻ അവളുടെ ദേഹത്തുനിന്നും പിടഞ്ഞെഴുന്നേറ്റുകൊണ്ട് പറഞ്ഞു.

'വേഗം എഴുന്നേൽക്കൂ. നിന്റെ കാവൽക്കാരൻ പട്ടിക്ക് മദമിളകി.'

പിന്നെ തിരിഞ്ഞുനിന്ന് അഴിച്ചെറിഞ്ഞ ബാക്കി ഉടുപുടവകൾ പെറുക്കിയെടുത്ത് അവളുടെ ദേഹത്തേക്കിട്ടുകൊണ്ട് തിരക്കിട്ട് തന്റെ കള്ളിമുണ്ട് വലിച്ചെടുത്ത് ചുറ്റി. വിയർത്തൊട്ടിയ ബലിഷ്ഠമായ നെഞ്ചിലേക്ക് ബനിയൻ വലിച്ചുതാഴ്ത്തി ഷർട്ട് തിരഞ്ഞു.

അപ്പോളും നിള അതേ കിടപ്പുതന്നെയായിരുന്നു.

രതിസുഖാലസ്യത്തിന്റെ ബാക്കിയെന്നോണം ഒരു മധുരപുഞ്ചിരി തിണർത്തു ചുവന്ന അവളുടെ ചുണ്ടിൽ ഒളിഞ്ഞു നിന്നിരുന്നു. പെട്ടെന്നാണ് വീണ്ടും വിസിലടി കേട്ടത്. അവൾ പതുക്കെ മടിയോടെ എഴുന്നേറ്റിരുന്നു. ഒരു കള്ളച്ചിരിയോടെ അബ്ദുവിന്റെ നേർക്ക് നോക്കി. പിന്നെ

ഉടുപ്പുടവകൾ ഓരോന്നായി എടുത്തണിഞ്ഞുകൊണ്ട് പുറത്തേക്ക് നടന്നു.

'എന്നിസാരി ചെപ്പാലി നീക്കു? നുവ്വു ഗുർത്തു ചെയ്യക്കർലേതു നന്നെ.' (എത്രപ്രാവശ്യം നിന്നോട് പറഞ്ഞു? എന്നെ നീ ഓർമ്മിപ്പിക്കേണ്ട കാര്യമില്ലെന്ന്).

ബ്ലൗസിന്റെ ഹുക്ക് ഇട്ടുകൊണ്ട് കാശിയോട് തട്ടിക്കയറുന്ന നിളയുടെ ലജ്ജയില്ലായ്മയും അർദ്ധനഗ്നതയും അബ്ദുവിനെ വല്ലാതെ പ്രകോപിതനാക്കുന്നുണ്ടായിരുന്നു.

നിളയെക്കാൾ പൊക്കമുണ്ടായിരുന്നു കാശിക്ക്. വെളുത്ത മുഖത്ത് പൊടിമീശ കുരുത്തുതുടങ്ങുന്നുണ്ട്. കണ്ണുകൾക്ക് വല്ലാത്തൊരു സ്ത്രൈണതയാണെങ്കിലും അവൻ എല്ലാം തികഞ്ഞൊരു പുരുഷനാണ്.

അവളെ നോക്കുമ്പോൾ കാശിയുടെ കണ്ണിൽ കണ്ട തിളക്കമാണെങ്കിൽ അബ്ദുവിന് വേർതിരിക്കാനും കഴിഞ്ഞില്ല.

എല്ലാം കേട്ട് തലകുനിച്ച് ഒന്നും മിണ്ടാതെ നിന്ന കാശി വള്ളിപടർപ്പിനു നേർക്കു നടന്നുനീങ്ങുന്നത് അവൾ മുടി വാരിക്കെട്ടിക്കൊണ്ട് നോക്കി.

അവൻ കാടിനുള്ളിലേക്ക് ചൂളമടിച്ചുകൊണ്ട് കയറിപ്പോയി. എല്ലാ പ്രാവശ്യത്തെയും പോലെ ഇന്നും അബ്ദു അവളോട് പറഞ്ഞു.

'അവൻ ചതിക്കുമോ?'

'ഒരിക്കലുമില്ല. അതിനുള്ള മരുന്ന് എന്റടുത്തുണ്ടെന്ന് എത്ര പ്രാവശ്യം പറഞ്ഞു. ന്നിട്ടും സംശയമാണല്ലേ.'

'എന്നോട് പറ. എനിക്കും അറിയണം ആ മരുന്ന്.'

'അതൊരു ദിവസം ഞാൻ പറയാം. ഇപ്പോ അറിയേണ്ട.'

കുടുകുടെ ചിരിക്കുന്ന നിളയെ നോക്കി അവൻ നിശ്ശബ്ദനായി നിന്നു.

അവനെ സംബന്ധിച്ചിടത്തോളം ലോകമെന്നാൽ നിള ആയിരുന്നു.

പുഴക്കടവിൽ വെച്ചുള്ള അവിചാരിതമായ കണ്ടുമുട്ടലുകൾ നിരന്തരമാകുവാനും നിള തന്നെയാണ് മുൻകൈ എടുത്തത്. കാരണം ഒറ്റനോട്ടത്തിൽ ഏതൊരു പെണ്ണിനെയും ആകർഷിക്കാനുള്ള ശാരീരികസൗന്ദര്യമുണ്ടായിരുന്നു അവന്. ആറടിയിലധികം ഉയരവും അതിനൊത്ത ശരീരവും അതിനു മാറ്റുകൂട്ടി.

അവളുടെ വന്യമായ സൗന്ദര്യവും അതിനേക്കാൾ അതിശയിപ്പിക്കുന്ന തന്റേടവും സാമർത്ഥ്യവും കൊണ്ട് അവൾ അവനെ പൂർണ്ണമായും അധീനതയിലാക്കികളഞ്ഞു. കാടിനുള്ളിലെ വള്ളിപ്പടർപ്പിനുള്ളിൽ മറ്റൊരു വള്ളിയായി അവനിലവൾ പടർന്നുപന്തലിച്ചു...വരിഞ്ഞുമുറുക്കി.

ആഴ്ചയിൽ ബാപ്പയുടെ കടയിൽ അറവുള്ള രണ്ടുദിവസവും അവൻ

കടയടച്ചു വരുമ്പോൾ, കാവിനുള്ളിലെ കാട്ടിൽ ആടു മേയ്ക്കാൻ വരുന്ന അവളുടെ വീട്ടിലെ തെലുഗൻ പണിക്കാരൻ പയ്യന്റെ കൂടെ അവളും കാടു കയറി.

ആന്ധ്രാക്കാരനായ അവളുടെ അപ്പയുടെ വകയിലൊരു ബന്ധുവിന്റെ മകനാണവൻ. അച്ഛൻ മരിച്ചിട്ട് വർഷങ്ങളായെങ്കിലും അവനും അമ്മയും അനിയത്തിമാരും നിളയുടെ അപ്പയുടെ ആശ്രയത്തിൽ തന്നെ തുടരുന്നു. ആ ഒരു വിശ്വാസത്തിൽ കാശിയുടെ കൂടെ അവൾ എവിടെ പോകുന്നതിനും നിളയുടെ അമ്മയ്ക്ക് വിരോധമുണ്ടായിരുന്നില്ല.

ആ വിശ്വാസത്തിന്റെ മറവിൽ കാമത്തിലുറച്ച പ്രണയത്തിന്റെ പുതിയൊരു ലോകം തന്നെ അവൾ അബ്ദുവിന് മുന്നിൽ തുറന്നുവച്ചു. ഇതുവരെ അറിയാത്ത പെണ്ണിന്റെ മറ്റൊരു മുഖത്തിനു മുന്നിൽ അവനറിയാതെ അടിമയായിത്തുടങ്ങിയിരുന്നു.

കാടിനുള്ളിലേക്ക് കയറിപ്പോയ കാശിയുടെ ചൂളംവിളി വീണ്ടും അടുത്തടുത്തു വന്നു. അവനു പിറകെ അമ്പതോളം ആടുകളും കാടിറങ്ങി വരുന്നുണ്ടായിരുന്നു.

അതു കണ്ടതോടെ അതൃപ്തിയുടെ മുഖഭാവവുമായി അബ്ദു ഇടതുവശത്തെ കാട്ടുവഴിയിലൂടെ താഴ്വരയിലേക്കു നടന്നുനീങ്ങി.

ഇടയ്ക്കുവച്ച് അവനൊന്നു തിരിഞ്ഞുനോക്കി. കാശിയുടെ ചുമലിലെ വടിയിൽ തൂങ്ങി അവനോടെന്തോ പറഞ്ഞുകൊണ്ട് ഉറക്കെ ചിരിച്ചുകൊണ്ടവൾ നടന്നുനീങ്ങുന്നത് അസ്വസ്ഥമായ മനസ്സോടെയവൻ നോക്കിനിന്നു.

നേരം നന്നായി ഇരുട്ടിത്തുടങ്ങിയിരുന്നു.

ചുരുട്ടിപ്പിടിച്ച കൈകളുമായി ആടുകൾക്ക് പുറകെ ഷെഡ്ഡിലേക്ക് തിരിഞ്ഞ കാശി നിളയുടെ ശബ്ദം കേട്ട് തിരിഞ്ഞുനിന്നു.

'കാശീ ഒന്ന് നിന്നേ.'

ഷെഡ്ഡിലേക്ക് തിരിഞ്ഞ അവന്റെ കയ്യിൽ അവൾ പിടുത്തമിട്ടു. ചുരുട്ടിപ്പിടിച്ച കൈത്തലം നിവർത്തിയപ്പോൾ ചുവന്ന കുപ്പിവളകളുടെ കഷണങ്ങൾ തിളങ്ങി.

ഒറ്റനോട്ടത്തിൽ അവൾക്ക് മനസ്സിലായി. വള്ളിക്കുടിലിനുള്ളിലെ സ്വർഗ്ഗീയ നിമിഷങ്ങളിൽ പൊട്ടിവീണ വളപ്പൊട്ടുകൾ.

അവളുടെ കണ്ണുകളിൽ വന്യമായൊരു സന്തോഷം തുടിച്ചുനിന്നു.

'നേൻ വേറെ ഇസ്താം. അത് പാരെയ്.'

(ഞാൻ വേറെ തരാം. ഇത് കളഞ്ഞേക്കൂ.)

മടികൂടാതെ രണ്ടുകൈകളിൽനിന്നുമായി ഒരു ഡസനോളം വളകൾ നിള കാശിയുടെ നീട്ടിപ്പിടിച്ച കൈകളിലേക്ക് ഊരിയിട്ടു.

പിന്നെ പുഞ്ചിരിയോടെ പറഞ്ഞു.

'ഈസാരി അപ്പാ റെഡ് ക്യൂട്ടക്സ് തെപാരു. നീക്കോസം പക്കനെ പെട്ടിന്തീ.' (അപ്പ ചുവന്ന ക്യൂട്ടെക്സ് കൊണ്ടുതന്നിട്ടുണ്ട് ഇപ്രാവശ്യം വന്നപ്പോൾ. നിനക്ക് തരാൻ എടുത്തുവച്ചിട്ടുണ്ട് ഞാൻ.'

വല്ലാത്തൊരു സന്തോഷവും മോഹവും ഒന്നിച്ച് തിരയടിക്കുന്ന കാശിയുടെ കണ്ണുകളിലേക്ക് നോക്കിക്കൊണ്ട് അവൾ പതുക്കെ മുരണ്ടു.

'മേക്കപ്പിള്ള അടവി ലോപ്പല്ക്ക് വെൽപോയിന്ത കാപട്ടി ഇന്ത ലേറ്റ് ആയിന്തീന്നു അമ്മാതോ ചെപ്പു... ലെതണ്ടേ.'

(ആട്ടിൻകുട്ടി കാട് കേറീട്ടാണ് വരാൻ വൈകിയതെന്ന് അമ്മാവോട് പറഞ്ഞാൽ മതി. ഇല്ലെങ്കിൽ...)

ഒന്നു നിർത്തിയവൾ കുറച്ചുകൂടി അവനരികിലേക്ക് നീങ്ങിനിന്നു കൊണ്ട് തുടർന്നു. 'നീ അമ്മാത്തൊ ചെപ്താരു നേനൂ...മല്ലീ ആ റോജു ചെയ്തിനിട്ടു കള്ളിലോ കാരം പെട്ടി ലോപ്പലിലോ കട്ടെസ്താരു നിന്ന.'

(നിന്റമ്മയോട് പറയും ഞാൻ. പിന്നെ അന്നത്തെപ്പോലെ കണ്ണിൽ മുളകരച്ചു തേച്ചു അകത്ത് കെട്ടിയിടും നിന്നെ)

നിറഞ്ഞുവരുന്ന കണ്ണുകളിൽ നിറയെ വേദനയുമായി നിൽക്കുന്ന കാശിയെയും കടന്നവൾ അകത്തേക്ക് ഓടിപ്പോയി.

അവൻ ജാഗ്രതയോടെ ചുറ്റും നോക്കിക്കൊണ്ട് ഷെഡ്ഡിനുള്ളിലേക്ക് കയറി.

നേരം അർദ്ധരാത്രിയോടടുത്തിരുന്നു.

നിലത്തു വിരിച്ച പായയിൽ സുഖമായുറങ്ങുന്ന അമ്മയെയും അനിയത്തിമാരെയും ഉണർത്താതെ കാശി നിശ്ശബ്ദനായി പുറത്തേക്കിറങ്ങി.

പിറകുവശത്ത് ആടിന്റെ ഷെഡ്ഡും കുറച്ചകലെയായി നിളയുടെ വലിയ വീടും നിദ്രയിലാണ്ടു കിടന്നു.

അവൻ പതുക്കെ ഷെഡ്ഡിലേക്ക് കയറി. ഒരു മൂലയിൽ കൂട്ടിയിട്ട പഴയ സാധനങ്ങളുടെ ഇടയിൽനിന്നും ഒരു തുണിക്കെട്ട് വലിച്ചെടുത്തു.

പിന്നെ മെല്ലെ ഒരുവശത്തേക്ക് ഇരുന്നു. അത് നിളയുടെ ഒരു ദാവണിയായിരുന്നു. അതിനുള്ളിൽ പല നിറങ്ങളിൽ അവളുടെ കുപ്പിവളകളും മുടിപ്പിന്നുകളും കൺമഷിയും ചാന്തും നിറഞ്ഞുകിടന്നു.

രണ്ടുകൈകൾകൊണ്ടും അവ വാരിയെടുത്ത് മുഖത്തോടു ചേർത്തു ആ ഗന്ധം വലിച്ചെടുക്കുന്ന, അവന്റെ കണ്ണുകളിലെ വന്യമായ സന്തോഷം നിലാവെളിച്ചത്തിൽ ഒന്നുകൂടി ജ്വലിച്ചുനിന്നു.

പെട്ടെന്നാണ് പുറകിലെന്തോ ഞെരിയുന്ന ശബ്ദം കേട്ടത്. ഞെട്ടിയെഴുന്നേറ്റ കാശിയുടെ മുന്നിൽ ജ്വലിക്കുന്ന കണ്ണുകളോടെ അമ്മ തളർന്നുനിന്നു.

ഇന്നും കാശി ആടുകളുമായി തനിച്ച് വരുന്നത് കണ്ട അബ്ദുവിന് കോപം അടക്കാനായില്ല.

കഴിഞ്ഞ മൂന്നുപ്രാവശ്യവും അവൻ നിളയെ കാത്തിരുന്ന് നിരാശനായി മടങ്ങുകയാണ് ഉണ്ടായത്. ഒന്നരവർഷത്തെ പ്രണയത്തിൽ ആദ്യമായാണ് ഇങ്ങനെ.

അവൻ ഒറ്റക്കുതിപ്പിന് കാശിയുടെ അടുത്തെത്തി അവന്റെ അരക്കെട്ടിൽ ലുങ്കി കൂട്ടിപ്പിടിച്ച് വലിച്ചുകൊണ്ട് ചോദിച്ചു.

'നിള എവിടെ? സത്യം പറ നായേ?'

പെട്ടെന്നുള്ള അക്രമമായതുകൊണ്ട് കാശി ഞെട്ടിപ്പോയി. ഭയന്നു വിറച്ചുകൊണ്ടവൻ പൊട്ടിക്കരഞ്ഞപ്പോൾ അബ്ദു വല്ലാതായി. നിറഞ്ഞു തുളുമ്പുന്ന കണ്ണുകളുയർത്തി അവൻ ദയനീയമായി അബ്ദുവിനോട് പറഞ്ഞു.

'രേപ്പു രേപ്പോസ്താരു.' (നാളെ...നാളെവരും.'

വിങ്ങിക്കൊണ്ട് നടന്നുനീങ്ങുന്ന അവനെ കണ്ടപ്പോൾ അബ്ദുവിന് അവൻ ഒരു പെൺകുട്ടിയാണെന്നു തോന്നി.

വലിയൊരു കൊടുങ്കാറ്റും മഴയും തീർന്ന ശാന്തതയാണ് ഈ വള്ളിക്കുടിലിൽ ഇപ്പോൾ എന്ന് അബ്ദുവിന് തോന്നി.

ഇത്രയും നേരം അവൾ ആർത്തലച്ചു പെയ്യുകയായിരുന്നു. ദേഹത്ത് എവിടെയൊക്കെയോ അവളുടെ നഖം കൊണ്ട്, സുഖമുള്ള മുറിവുകൾ. അവൻ വിയർപ്പിൽ കുതിർന്ന അവളുടെ മുഖം തന്റെ നെഞ്ചിലേക്ക് ഒന്നുകൂടി ചേർത്തുവച്ചു. പിന്നെ ചെവിയിൽ പതുക്കെ മന്ത്രിച്ചു.

'എന്തോ രഹസ്യം ഉണ്ടെന്ന് പറഞ്ഞിട്ട്?'

അവൾ പതുക്കെ ഒന്നിളകി മലർന്നുകിടന്നു.

കറുത്തിരുണ്ട കേശഭാരം അഴിഞ്ഞുലഞ്ഞു.

അവളുടെ ഉയർന്ന മാറിനെ പാതി മറച്ച് വിയർപ്പിലൊട്ടിക്കിടന്നു.

കൂമ്പിയടഞ്ഞ മിഴികളോടെ അവൾ പിറുപിറുത്തു.

'ഇനി ഉടനെയൊന്നും ഇങ്ങനൊരു വരവുണ്ടാകില്ല. കല്യാണം ഉറപ്പിച്ചുകഴിഞ്ഞു. ദത്തു നിൽക്കാം എന്ന് സമ്മതിച്ചിട്ടുണ്ടയാൾ. അതുകൊണ്ട് നീ പേടിക്കേണ്ട. '

ലളിതമായി എന്തോ സാധാരണ കാര്യം പറഞ്ഞതുപോലെ അവൾ വീണ്ടും കണ്ണുതുറക്കാതെ അവനെ ചുറ്റിവരിഞ്ഞുകിടന്നു. അവൾ പറഞ്ഞതു മനസ്സിലാകാതെ, ഒരു വിഡ്ഢിയെപ്പോലെ അവൻ അവളെത്തന്നെ തുറിച്ചുനോക്കിക്കൊണ്ടിരുന്നു. ഇതുവരെ പ്രണയം തുടിച്ചുനിന്ന അവന്റെ മിഴികളിൽ ഇപ്പോൾ ജ്വലിച്ചുയർന്ന വെറുപ്പിന്റെ തിളക്കം അവളറിഞ്ഞില്ല.

ആ മങ്ങിയ ഇരുട്ടിൽ അവളുടെ ഒറ്റക്കൽ വജ്രമൂക്കുത്തിയും അതി നേക്കാൾ തിളക്കത്തിൽ നഗ്നമായ ഉടലും അവനെ നോക്കി കൊഞ്ഞനം കുത്തി.

കാശിയെയും കൊണ്ട് തെളിവെടുപ്പിന് വന്നതായിരുന്നു പോലീസ്.

നിളയുടെ ശവം ദഹിപ്പിച്ചതിന്റെ വലതുവശത്തുകൂടെ അവർ ഷെഡ്ഡി ലേക്ക കയറിപ്പോയി. അവിടെനിന്നും കാശിയുടെ വീട്ടിൽനിന്നുമായി നിള യുടെ പഴയ ആഭരണങ്ങളും വസ്ത്രങ്ങളും കണ്ടെടുത്തു.

തുടർന്ന് നിള ക്രൂരമായി കൊല്ലപ്പെട്ട കാട്ടിനുള്ളിലെ വള്ളിക്കുടിലി ലേക്ക്. മണിക്കൂറുകൾ നീണ്ട തെളിവെടുപ്പിന് ശേഷം തിരികെ ജയിലി ലേക്ക്.

പോലീസ് ജീപ്പിലേക്ക് കയറുംമുന്നേ വിതുമ്പുന്ന മിഴികൾ ഉയർത്തി കാശി ചുറ്റുംകൂടി നിൽക്കുന്ന ജനങ്ങൾക്കിടയിലേക്ക് ഒന്ന് കണ്ണോടി ച്ചു. തന്നെത്തന്നെ നോക്കിനിൽക്കുന്ന അബ്ദുവിന്റെ കണ്ണുകൾ ഒരു മിന്നായം പോലെ ആളുകൾക്കിടയിലേക്ക് മാഞ്ഞുപോകുന്നതവൻ വേദ നയോടെ കണ്ടു.

ജീപ്പിലിരുന്ന് വിങ്ങിക്കരയുന്ന അവന്റെ വിലങ്ങണിഞ്ഞ കൈകളെ രണ്ടു കൈകൾ പൊതിഞ്ഞു പിടിച്ചു. വിതുമ്പിക്കൊണ്ട് മുഖമുയർത്തിയ കാശിയുടെ കണ്ണുകളിൽ അമ്മയുടെ കണ്ണീരുറഞ്ഞു കല്ലിച്ചുപോയ മുഖം പ്രതിഫലിച്ചു.

'ജയിലിന്നിച്ചു ബൈട്ടികൊച്ചിനാ കൂടി നൂവ് ഇട്ടു വൈപ്പു റാവൊദു എപ്പടു റാവൊദു എന്തുക്കണ്ടേ നാക്ക് ഇതരു ആടപ്പിള്ളലേ.'

(ജയിലിൽ നിന്നിറങ്ങിയിട്ടുപോലും തിരിച്ചിങ്ങോട്ട് വരരുത് നീ. ഒരി ക്കലും വരരുത്. എന്തുകൊണ്ടെന്നാൽ എനിക്ക് രണ്ടു പെൺമക്കളാണ്)

അവസാനത്തെ വരികൾ മന്ത്രിക്കുമ്പോൾ അവരുടെ വെറുപ്പ് നുരി ക്കുന്ന നോട്ടം ചുവന്ന ചായം തേച്ചു മനോഹരമാക്കിയ കാശിയുടെ വിരൽനഖങ്ങളിലേക്കായിരുന്നു.

വിരലുകൾ ചുരുട്ടിപ്പിടിച്ച് ചൂളിയിരിക്കുന്ന കാശിയെയും കൊണ്ടകന്നു പോകുന്ന ജീപ്പു നോക്കിനിൽക്കുമ്പോൾ ചെയ്യാത്ത തെറ്റിന്റെ ചോര ക്കറ അടിച്ചേൽപ്പിക്കപ്പെട്ട അവന്റെ കണ്ണിൽ നിന്നിറ്റുവീണ രക്തത്തു ള്ളികൾ അവരുടെ വിരലുകൾക്കിടയിലൂടെ കിനിഞ്ഞിറങ്ങുന്നുണ്ടായി രുന്നു.

ജന്മരഹസ്യം

'നീയെന്താ സുകു ഈ പറയുന്നത്.? നിനക്കു അഞ്ചു മക്കളേയുള്ളൂന്ന് എനിക്കറിയാവുന്നതല്ലേ. ഇപ്പോ എങ്ങനെ ആറുപേരായി?'

'അവളെന്റെ മകൾ തന്നെയാടാ പാപ്പീ. നിനക്ക് ഓർമ്മയില്ലാഞ്ഞിട്ടാ. കുഞ്ഞോളുടെ ഇളയതാ അവൾ.'

അച്ഛന്റെ കൂട്ടുകാരൻ ഒരുപാടു വർഷങ്ങൾക്കു ശേഷം അദ്ദേഹത്തെ കാണാൻ വന്നതാണ്. വന്നപ്പോൾ മുതൽ അദ്ദേഹം എന്നെത്തന്നെയാണ് ശ്രദ്ധിക്കുന്നത്. എല്ലാരും പരിചയപ്പെടുമ്പോൾ അമ്മ എന്നെ മാത്രം അടുക്കളയിലേക്കു കൂട്ടിക്കൊണ്ടു പോന്നു.

ഇപ്പോൾ രാത്രി ഭക്ഷണം കഴിഞ്ഞ് വീണ്ടും അയാൾ ആ വിഷയം എടുത്തിട്ടു. എല്ലാം കേട്ടുകൊണ്ട് ഒരു ചുവരിനിപ്പുറം ഞാനും കൊച്ചേച്ചിയും ചേട്ടന്മാരും ഇരുന്നു.

ആറുമക്കളായിരുന്നു ഞങ്ങൾ. മൂത്ത ചേച്ചിയെ കെട്ടിച്ചുവിട്ടു. മൂന്ന് ചേട്ടന്മാരും ഞാനും കൊച്ചേച്ചിയും പഠിക്കുന്നു.

അച്ഛക്ക് ഏറ്റവും ഇഷ്ടം എന്നെ ആയിരുന്നു. എന്ത് വാങ്ങുമ്പോളും എന്റെ ഇഷ്ടത്തിനായിരുന്നു മുൻഗണന. അന്നുവരെ വീട്ടിൽ എല്ലാവരേക്കാളും വെളുപ്പും സ്റ്റൈലും എനിക്കാണ് എന്ന എന്റെ അഹങ്കാരം ഒറ്റദിവസംകൊണ്ട് ഭയമായി തീർന്നു.

അന്നുരാത്രി ആ വിഷയം തന്നെ വീണ്ടും വീണ്ടും ചോദിച്ചു അയാളും അച്ഛമ്മയും തമ്മിൽ വഴക്കായി. അയാളിറങ്ങിപോവുകയും ചെയ്തു.

എല്ലാരും ആ വിഷയം മറന്നു പക്ഷെ, എന്റെ ഹൃദയത്തിൽ അത് മായാതെ കിടന്നു. ഒരു പത്താംക്ലാസുകാരിയുടെ ഉറക്കം നഷ്ടപ്പെടാൻ ഇതിനേക്കാൾ വലുത് എന്താണുള്ളത്.

അച്ഛയുടെയും അമ്മയുടെയും ഓരോ ചലനങ്ങളും അവരറിയാതെ ശ്രദ്ധിച്ചുകൊണ്ടേ ഇരുന്നു ഞാൻ.

ഇതുവരെ ശ്രദ്ധിക്കാത്ത പലതും അപ്പോളെന്റെ കണ്ണിൽ തെളിഞ്ഞു വന്നു. വീട്ടിൽ ആർക്കുമില്ല എന്റെ നിറം. എന്നോട് മാത്രം വല്ലാത്തൊരു സ്നേഹമാണ് അച്ഛയ്ക്കും അമ്മയ്ക്കും.

ഇന്നലെവരെ ആസ്വദിച്ച ഓരോ ചെറിയ സന്തോഷവും ഇന്നെന്റെ ഏറ്റവും വലിയ ഭയമായി മാറി.

ഏറ്റവും ഇളയതാണ് ഞാൻ. എങ്കിലും കൊച്ചേച്ചിയേക്കാൾ വളർച്ച എനിക്കായിരുന്നു.

വർഷങ്ങൾക്കു മുന്നേ ഇങ്ങോട്ടു കുടിയേറിയതാണ് ഞങ്ങടെ കാർഷിക കുടുംബം. പറയത്തക്ക ബന്ധുക്കളൊന്നും ഇല്ലാത്തതിനാൽ ആരുമായും വല്യ അടുപ്പമില്ലാത്ത ജീവിതമായിരുന്നു ഞങ്ങളുടേത്.

ഒരുദിവസം എല്ലാവരും പറമ്പിൽ പണിയിൽ ആയതിനാൽ കുളിച്ചു ദീപം കൊളുത്താൻ അമ്മ എന്നെ വീട്ടിലേക്കയച്ചു. കുളിച്ചു ദീപം കൊളുത്തി മുറിയിലെ ഇരുട്ടിൽനിന്നും വരാന്തയിലേക്ക് ഇറങ്ങിയ എന്നെ പുറകിലൂടെ ആരോ ഇറുകെ കെട്ടിപ്പിടിച്ചു.

രണ്ടുനിമിഷംകൊണ്ട് ബലിഷ്ഠമായ ആ കൈകൾ എന്റെ വയറിലൂടെ മാറിലേക്ക് ഇഴഞ്ഞു, വിളക്ക് കൊണ്ട് വീശി ഒരടി അടിച്ചു ഞാൻ അയാളെ. അലർച്ച കേട്ട് തിരിഞ്ഞ ഞാൻ കണ്ടത് ചോരയൊലിക്കുന്ന നെറ്റിയുമായി ഇറങ്ങി ഓടുന്ന നിഴൽ ആണ്. പക്ഷേ, ഏതിരുട്ടിലും സ്വന്തം ചേട്ടന്റെ നിഴൽ അനിയത്തിക്കു തിരിച്ചറിയാതിരിക്കില്ലല്ലോ.

ആദ്യം ഒരു ഞെട്ടൽ ആയിരുന്നു.

പിന്നെ അത് മരവിപ്പായി.

രക്തബന്ധത്തിന്റെ നൂലിഴകളാൽ ബന്ധിക്കപ്പെട്ട പരിപാവനമായ ഒരു സ്വർഗ്ഗം ഒറ്റനിമിഷം കൊണ്ടില്ലാതെയായി. ആ സ്ഥാനത്തു അറപ്പും വെറുപ്പും തോന്നുന്ന ആർത്തി പിടിച്ച ശരീരത്തിന്റെ ചലനം ബാക്കിയായി മനസ്സിൽ.

ഒന്നുമറിയാത്തപോലെ ചെറിയൊരു വീഴ്ചയുടെ പേരും പറഞ്ഞു തലയിൽ വച്ചുകെട്ടുമായി രാത്രിയിൽ കയറിവന്ന ആ രൂപം പിന്നീടെന്നും ഉള്ളിൽ ഭയം കൂട്ടിക്കൊണ്ടേ ഇരുന്നു.

പിന്നീടുള്ള ഓരോ ദിവസങ്ങളും നിസ്സാഹയതയുടെയും ഭയപ്പാടിന്റെതും ആയിരുന്നു. ആരോട് പറയും? അറീല്ല. അച്ഛയ്ക്ക് തീരെ സുഖമില്ലാതിരിക്കയാണ്.

അമ്മ ആ വിഷമത്തിൽ ആകെ ആധി പിടിച്ചിരിപ്പാണ്. എപ്പോളും ആലോചന.

ചെറുപ്പംമുതൽ എനിക്ക് അടുപ്പം വല്യേച്ചിയോടായിരുന്നു. വല്യേച്ചിയുടെ വിവാഹം കഴിഞ്ഞതോടെ തീർത്തും ഒറ്റപ്പെട്ടപോലെ ആയിരുന്നു ഞാൻ. ആ ശൂന്യത നികത്താൻ വർഷങ്ങൾ കഴിഞ്ഞിട്ടും കൊച്ചേച്ചിക്കും കഴിഞ്ഞില്ല.

അമ്മയുടെ നിലവിളി കേട്ടാണ് ആ രാത്രി ഞങ്ങൾ ഉണർന്നത്.

അച്ഛയ്ക്ക് തീരെ വയ്യാതായിരിക്കുന്നു.

ശ്വാസം ആഞ്ഞുവലിക്കുന്നുണ്ട്.

അരികിലിരുന്ന് പൊട്ടിക്കരയുന്ന എന്റെ കൈകളിൽ മുറുകെ പിടിച്ചു. അമ്മയുടെ കൈകളിലേക്ക് ചേർത്തുവച്ചു അച്ഛ. അമ്മയോട് എന്തോ പറയാൻ ശ്രമിച്ചു. കരച്ചിലിനിടയിലും അമ്മയുടെ വാക്കുകൾ എന്റെ ഹൃദയത്തിൽ തുളച്ചുകയറി.

'എന്റെ മോള് തന്നെയാ. ഞാൻ നോക്കിക്കോളാം. ഒരു കുറവും വരുത്തില്ല.'

കൂട്ടക്കരച്ചിലിനിടയിൽ അമ്മയുടെ ശബ്ദം മുങ്ങിപ്പോയി. അച്ഛയുടെ അവസാനവാക്കുകളായിരുന്നു അത്. നിശ്ചലമായ പ്രാണൻ വേർപെട്ട ശരീരം ദയനീയമായി എന്നെത്തന്നെ നോക്കികിടന്നു. കണ്ടു മതിവരാത്തപോലെ. ഒരിക്കലും പ്രതീക്ഷിക്കാത്ത ആ രണ്ടു ദുരന്തങ്ങൾ എന്നെ അടിമുടി തകർത്തുകളഞ്ഞു. ഓരോ നിമിഷവും അമ്മയുടെ വാക്കുകളും അച്ഛയുടെ അവസാനനോട്ടവും എന്നെ വേട്ടയാടിക്കൊണ്ടിരുന്നു.

തീർത്തും ഒരു വല്ലാത്ത മാനസിക അവസ്ഥയിലൂടെ സഞ്ചരിച്ച ദിവസങ്ങൾ. ജീവിതം മുന്നോട്ടേക്കു നീക്കാനുള്ള കഷ്ടപ്പാടിൽ അമ്മ ഒന്നും അറിഞ്ഞില്ല.

ഒരു വശത്ത് ജന്മരഹസ്യത്തെപ്പറ്റിയുള്ള ആധി.

മറുവശത്ത് സ്വന്തം സഹോദരനിൽനിന്നും മാനം രക്ഷിക്കാനുള്ള കരുതൽ. ഓരോ ദിവസവും ഉമിത്തീയിൽ ഉരുകുംപോലെയായിരുന്നു കടന്നുപോയത്. പലപ്പോഴും ആലോചനയുടെ മൂർച്ച കൂടുമ്പോൾ അറിയാതെ ഞാൻ എന്നോടുതന്നെ പിറുപിറുത്തുതുടങ്ങി. പല ചരടുകളും അമ്മ ജപിച്ചുകെട്ടിയെങ്കിലും രാത്രികൾ ഉറക്കമില്ലാതെയും പകലുകൾ ആലോചനയിലും കുഴഞ്ഞുകിടന്നു.

അടുത്ത വീട്ടിലെ കല്യാണത്തലേന്നായിരുന്നു എന്റെ ജീവിതത്തിലെ അടുത്ത വഴിത്തിരിവ്.

പതിവുപോലെ കൂടെ ചെല്ലാതിരുന്ന എന്ന വീട്ടിൽ ഇരുത്തി അമ്മയും ചേച്ചിമാരും കല്യാണവീട്ടിൽ പോയി. അവർ തൊട്ടടുത്ത വീട്ടിൽ ഉള്ളതിനാൽ വാതിലടക്കാതെ കിടന്നു. ഉറക്കത്തിന്റെ ഏതോ തലത്തിൽ നെഞ്ചിൽ ഭാരം വച്ച് അമർത്തുംപോലെ തോന്നിയപ്പോളാണ് ഉണർന്നത് ഞാൻ.

നിലവിളിക്കാൻ ശ്രമിക്കുമ്പോഴേക്കും വായടച്ചു പിടിച്ചുകഴിഞ്ഞിരുന്നു. മറ്റൊരു ശരീരത്തിനടിയിൽ ഞെരിയുകയാണ് ഞാനെന്ന് ഉൾക്കിടിലത്തോടെ തിരിച്ചറിഞ്ഞു ഞാൻ.

ചെവിയിൽ കേട്ട മുരൾച്ച ഭയന്ന ശബ്ദം തന്നെയായിരുന്നു.

'അടങ്ങിക്കിടന്നോ. എന്റെ പെങ്ങളല്ല നീയെന്ന് എനിക്കറിയാം. ഇത്രേം കാലം തിന്നതിന്റെ കടം വീടുകയാണെന്ന് കരുതിക്കോ.'

വസ്ത്രങ്ങളുടെ കുടുക്കുകൾ ഭ്രാന്തമായി അഴിക്കാൻ ഒരു കൈ മതിയാവാതായപ്പോൾ ചേട്ടൻ എന്റെ വായിൽനിന്നും കൈ എടുത്തു. അടുത്ത നിമിഷം അലറിക്കരഞ്ഞു ഞാൻ. അവന്റെ ഒരു നിമിഷത്തെ പതർച്ച മതിയായിരുന്നു എനിക്ക്. അതോടെ എല്ലാവിധ തളർച്ചയും എന്നെ വിട്ടകന്നു. അവനെ ചവുട്ടി തെറിപ്പിച്ച് അടുക്കളയിലേക്ക് കുതിച്ചു ഞാൻ.

അടുക്കളയിലെ മൂലയിൽ വച്ചിരുന്ന മണ്ണെണ്ണ കാനടക്കം തലയിലേക്ക് കമിഴ്ത്ത് നിൽക്കുന്ന എന്നെ പിടിക്കാൻ ചേട്ടൻ വരുമ്പോഴേക്കും തീപ്പെട്ടി എടുത്തുകഴിഞ്ഞിരുന്നു ഞാൻ. ഭ്രാന്തമായൊരു അഭിനിവേശം എന്നെ ബാധിച്ചിരുന്നു. ഉരച്ച തീപ്പെട്ടിക്കൊള്ളി കത്താതെ അടുത്തത് എടുക്കുമ്പോഴേക്കും അമ്മയുടെ കരച്ചിൽ ചെവിയിൽ മുഴങ്ങി. അടുത്തത് ഉരയ്ക്കുംമുന്നേ വല്യേച്ചി അലർച്ചയോടെ എന്റെ ദേഹത്തേക്ക് ചാടിവീണു പൊതിഞ്ഞുപിടിച്ചു.

എന്തൊക്കെയാണ് ഞാൻ വിളിച്ചുപറഞ്ഞത് എനിക്ക് തന്നെ അറിയില്ല. മനസ്സിലുള്ള എല്ലാ ദുഃഖങ്ങളും സംശയങ്ങളും ആർത്തലച്ചു പെയ്തു. ചിലപ്പോൾ ചോദ്യമായി. ചിലയിടത്ത് അലർച്ചയായി. അട്ടഹാസമായി. വല്യേച്ചിയുടെ നെഞ്ചിൽ കിടന്ന് പതം പറഞ്ഞു കരയുന്ന എന്നെ നോക്കി മരവിച്ചുനിന്നു അമ്മ.

കുളിപ്പിച്ചെടുത്ത എന്നെയുംകൊണ്ടാണ് അന്ന് വല്യേച്ചി ഭർത്തൃവീട്ടിലേക്ക് പോയത്. ചേച്ചിയുടെ ഭർത്താവിനും എന്നെ ഒരുപാടിഷ്ടമായിരുന്നു. സ്നേഹത്തിന്റെയും സന്തോഷത്തിന്റെയും കെട്ടുറുപ്പുള്ള ആ കൊച്ചുവീട്ടിൽ ചേച്ചിയുടെ രണ്ട് ആൺമക്കളുടെ കൂടെ കളിച്ചു ചിരിച്ച് എല്ലാം മറന്നുനടന്നു ഞാൻ.

രാത്രികളിൽ ചേച്ചിയുടെ കൂടെയുള്ള കിടത്തം എല്ലാ ഭയവും മറന്നുറങ്ങിയ ദിവസങ്ങൾ ആയിരുന്നു അതൊക്കെ. പതിവുപോലെ അന്നും വല്യേച്ചിയെ കെട്ടിപ്പിടിച്ച് സംസാരിച്ചുകൊണ്ട് ഉറക്കത്തിലേക്ക് വഴുതിവീണു ഞാൻ.

മുഖത്ത് വെള്ളം വീണപ്പോഴാണ് ഉറക്കം ഞെട്ടിയത്. കണ്ണുതുറന്ന ഞാൻ കണ്ടത് എന്നെ നോക്കിയിരിക്കുന്ന വല്യേച്ചിയുടെ നിറഞ്ഞൊഴുകുന്ന കണ്ണുകൾ ആയിരുന്നു. പിടഞ്ഞെണീറ്റ എന്നെ നെഞ്ചോടു ചേർത്ത് പിടിച്ച് വല്യേച്ചി പറഞ്ഞു.

'മോള് വിഷമിക്കില്ലെങ്കിൽ വല്യേച്ചി ഒരു കാര്യം പറയാം.'

എന്റെ ഉള്ളിൽ അമ്മയുടെ മുഖമാണ് അപ്പോൾ തെളിഞ്ഞത്. അമ്മയ്ക്കെന്തെങ്കിലും വയ്യായ്ക ആണോ എന്ന ഭയത്തിൽ തളർന്നിരിക്കുന്ന എന്റെ ചെവിയിലേക്ക് വല്യേച്ചി പതുക്കെ ഒരേങ്ങലോടെ പറഞ്ഞു.

'നിന്റെ അമ്മ ഞാനാണ് മോളേ. എന്റെ പതിമൂന്നാമത്തെ വയസ്സിൽ

എന്റെ വയറ്റിൽ കുരുത്ത മാലാഖയാണ് നീ. ഞാനാണ് നിന്നെ പ്രസവിച്ചത്.'

ഹൃദയം ഒരു മഞ്ഞുകട്ടപോലെ തണുത്തിരിക്കുന്നു. സ്വപ്നം ആണെന്നാണ് ആദ്യത്തെ കുറച്ചുനിമിഷങ്ങൾ തോന്നിയത്. ഒരിക്കലും സംഭവിക്കാത്ത ഒരു അതിശയം കേട്ടതുപോലെ. ദേഹത്തൂടെ ഒരു കൊള്ളി മീൻ പാഞ്ഞുപോകുന്നു ആലോചിക്കുമ്പോൾ. ഒരുപാട് മഞ്ഞിന്റെ പാളികൾക്കിടയിൽ വല്യേച്ചിയുടെ മങ്ങിയ രൂപം എന്തൊക്കെയോ സംസാരിച്ചുകൊണ്ടേ ഇരുന്നു.

പന്ത്രണ്ടാം വയസ്സിൽ പാപ്പന്റെ വീട്ടിലേക്ക് പഠനത്തിനു പോയ ദാരിദ്ര്യത്തിന്റെ നാളുകൾ. ഒരു രാത്രി നേരിട്ട ശ്വാസംമുട്ടലും ദേഹം മുറിയുന്ന വേദനയും. ഒടുവിൽ ആരുടേതെന്നറിയാത്ത ഒരു കുഞ്ഞുണ്ട് വയറ്റിൽ എന്നുപോലും മനസ്സിലാകാതെ ആ വലിയ കൂട്ടുകുടുംബത്തിലെ കഷ്ടപ്പാടുകൾ.

ഓണത്തിന് വീട്ടിലെത്തിയ നാളുകളിൽ അമ്മയുടെ കണ്ണുകളിലെ നടുക്കം. നാട്ടിലെ ആശുപത്രിയിൽ പോയപ്പോൾ സമയം കഴിഞ്ഞുപോയെന്നുള്ള ഡോക്ടറുടെ മുന്നറിയിപ്പ്.

മറ്റൊരു നാട്ടിലേക്കുള്ള കൂട്ടപലായനം. അവിടൊരു മഠത്തിലെ തന്റെ ഒളിച്ചുതാമസം. ഒടുവിൽ പ്രസവശേഷം ആ കുഞ്ഞിനെയും കൊണ്ട് എല്ലാം വിറ്റുപെറുക്കി അവിടെനിന്നും ഇങ്ങോട്ടേക്ക്. ഇവിടെ ആ കുഞ്ഞ് മുത്തശ്ശിയുടെ മകളായി മുത്തശ്ശൻ അവൾക്ക് അച്ഛനായി.

നേരം പുലർന്നുവരുന്നേയുള്ളു.

ആരും ഉണർന്നിട്ടില്ല.

ഇനിയെങ്ങോട്ടെന്നറിയില്ല.

എങ്കിലും ഇറങ്ങി. ഒരിക്കലും ചേച്ചിയെ അമ്മയായി കാണാൻ കഴിയില്ല. അവരുടെ കുടുംബം തകരാതെ സന്തോഷമായിരിക്കട്ടെ.

ഇനിയും വീട്ടിലേക്കു പോയി വീണ്ടുമൊരു അനാഥകുഞ്ഞ് രക്തബന്ധത്തിൽ ജനിക്കുന്നതിനേക്കാൾ നല്ലത് എങ്ങോട്ടെന്നില്ലാത്ത ഈ യാത്ര തന്നെയാണ്. ഇതിന്റെ അവസാനം എവിടെയെന്നറിയില്ല. എങ്കിലും പോവുകയാണ്, എന്നന്നേക്കുമായി.

ആണുങ്ങൾ കരയാറില്ല

അയാളുടെ ഭാര്യ മരിച്ചിട്ട് അന്നേക്ക് നാലാംദിവസമായിരുന്നു. വെറും നാല്പത്തിരണ്ട് വയസ്സേയുണ്ടായിരുന്നുള്ളു അവർക്ക്. അതീവസുന്ദരിയായ വെളുത്തുമെലിഞ്ഞൊരു യുവതി ആയിരുന്നു അവർ.

പെട്ടെന്നൊരുദിവസം ഉറക്കത്തിൽ ശാന്തമായൊരു മരണം ആയിരുന്നു അവരുടേത്.

അനുശോചനം അറിയിക്കാൻ വന്ന ബന്ധുമിത്രാദികൾ ഏറെക്കുറെ പിരിഞ്ഞുപോയിക്കഴിഞ്ഞിരുന്നു. തെരുവിന്റെ അങ്ങേയറ്റത്തുനിന്ന് അയാളുടെ ഭാര്യയുടെ സുഹൃത്തുക്കളായ മൂന്നു സ്ത്രീകൾ നടന്നുവരുന്നുണ്ടായിരുന്നു. അവർ വീടിനരികിലെത്തിയപ്പോൾ അയാൾ മുന്നിലെ നടവഴിയിൽനിന്ന് പച്ചക്കറിക്കാരനുമായി ഒരുരൂപയ്ക്കുവേണ്ടി തർക്കിക്കുകയായിരുന്നു. അയാളും നല്ല രൂപസൗകുമാര്യമുള്ള പുരുഷനായിരുന്നു.

അവരെ കണ്ടതോടെ വിടർന്ന ചിരിയോടെ പതിവുരീതിയിൽ അയാൾ സംസാരിച്ചുതുടങ്ങി.

'പിടിച്ചുപറിക്കാൻ നോക്കിയിരിക്കയാ ഇവറ്റകൾ. ഞാനായതുകൊണ്ട് എന്തും ആവാം എന്ന ഭാവമാണ്.'

സ്ത്രീകൾ മടുപ്പോടെ മുഖം തിരിച്ച് വീടിനകത്തേക്ക് നടന്നു. പുറകിൽ അയാളുടെ സംസാരം ഉയർന്നുകേൾക്കുന്നുണ്ടായിരുന്നു.

വീടിനകത്ത് അയാളുടെ പ്രായമായ അമ്മ മരിച്ച സ്ത്രീയുടെ വസ്ത്രങ്ങളെല്ലാം ഒരു തുണിക്കെട്ടിലാക്കി ജോലിക്കാരിക്ക് കൊടുക്കുകയായിരുന്നു. മുഖം കൂർപ്പിച്ച് അയാളുടെ മകളോട് അവർ എന്തൊക്കെയോ പിറുപിറുക്കുന്നുണ്ടായിരുന്നു.

അതുംകേട്ടുകൊണ്ട് ഉള്ളിലേക്ക് കയറിവന്ന അയാൾ പച്ചക്കറി സഞ്ചി മകളെ ഏല്പിച്ചശേഷം ആരോടെന്നില്ലാതെ ഉറക്കെ പറഞ്ഞു.

'ഇവിടിരുന്നിട്ടെന്തിനാ? പോയ ആൾ തിരിച്ചുവരുമോ ഉടുക്കാനിനി. ആർക്കേലും ഉപകാരപ്പെടട്ടെ.'

അതിനുശേഷം അയാൾ മകളുടെ കയ്യിൽനിന്ന് പച്ചക്കറിസഞ്ചി വാങ്ങി അടുക്കളയിലേക്ക് നടന്നു. അയാളുടെ ഗർഭിണിയായ മൂത്തമകൾ അടുപ്പിനരികിൽ എന്തോ ആലോചിച്ചു നിൽക്കുന്നുണ്ടായിരുന്നു.

തിരിച്ചുള്ള യാത്രയിൽ സ്ത്രീകൾ മൂന്നുപേരും നിശ്ശബ്ദരായിരുന്നു.

കുറേസമയത്തെ ആലോചനയ്ക്കുശേഷം ഒരാൾ സംസാരിച്ചുതുടങ്ങി.

'എനിക്ക് തോന്നുന്നത് ആറുമാസത്തിനുള്ളിൽ അയാൾ വേറെ കല്യാണം കഴിക്കുമെന്നാണ്.'

അതിനു തുടർച്ചയായി അടുത്തവൾ പറഞ്ഞു.

'പാവം. അവൾക്കെന്തു സ്നേഹമായിരുന്നു അയാളോട്. അവളുടെ ഇഷ്ടങ്ങളോ സന്തോഷങ്ങളോ ഒരിക്കലും ആലോചിച്ചിട്ടില്ല അവൾ.'

'അയാൾക്ക് പറയാൻ ഇനിയിപ്പോ ഒരു കാരണം ഉണ്ടല്ലോ. മോളുടെ പ്രസവം.'

പുച്ഛത്തോടെ മൂന്നാമത്തെ സ്ത്രീ പറഞ്ഞുനിർത്തി.

അവർ മൂന്നുപേരും തിടുക്കപ്പെട്ട് നടക്കുന്നതോടൊപ്പംതന്നെ തങ്ങളുടെ സ്നേഹിതയുടെ ദുർവിധിയെപ്പറ്റി ദുഃഖങ്ങൾ പങ്കുവെയ്ക്കുകയും ചെയ്തുകൊണ്ടേയിരുന്നു.

പിന്നീട് മൂവരും വന്നത് നാല്പത്തിയൊന്നാംനാൾ ആത്മാവിനെ ആവാഹിക്കുന്ന ചടങ്ങിൽ പങ്കെടുക്കാനായിരുന്നു. അവർ വന്ന് അല്പനേരം കഴിഞ്ഞാണ് അയാളും മൂത്തമകളും കാറിൽ വന്നിറങ്ങിയത്.

ചുരുങ്ങിയദിവസങ്ങൽ കൊണ്ട് അയാൾ തീർത്തും ഒരു വൃദ്ധനെപ്പോലെ ആയിത്തീർന്നിരുന്നു. അയാളുടെ രൂപമാറ്റം കണ്ട് വേദനയോടെ അയാളുടെ അമ്മ കണ്ണീർ തൂകി. അമ്പരപ്പോടെ സ്ത്രീകൾ മൂവരും പരസ്പരം നോക്കി.

'അദ്ദേഹത്തിന് എന്തെങ്കിലും വയ്യായ്കയുണ്ടോ?'

അയാളുടെ അമ്മയോട് ഒന്നാമത്തെ സ്ത്രീ പതുക്കെ ചോദിച്ചു.

'ഇതിൽപ്പരം ഇനിയെന്തു വരാനാണ്.'

അവർ മുഖംപൊത്തി വിങ്ങിക്കരഞ്ഞുകൊണ്ട് തുടർന്നു. 'അവൾ പോയതിനുശേഷം ഒന്നുറങ്ങിയിട്ടില്ല എന്റെ മകൻ. പകൽ മൊത്തം ബഹളം വച്ച് എന്തെങ്കിലുമൊക്കെ സംസാരിച്ചു നടക്കും. രാത്രിയിലിറങ്ങിപ്പോയി അവളുടെ ശവക്കൂനയ്ക്കരികിൽ ഇരുന്ന് പതംപറച്ചിൽ. ഉറങ്ങാനുള്ള മരുന്ന് കൊടുത്തിട്ടുപോലും ഫലമുണ്ടായില്ല. എന്താ ചെയ്ക് ആണായിപ്പോയില്ലേ. നെഞ്ചത്തലച്ചു കരയാനൊക്കില്ലാലോ. ഒരു മാറ്റമുണ്ടാവാൻ വേണ്ടി മൂത്തവൾ കൂടെ കൊണ്ടുപോയതായിരുന്നു. ഇപ്പോ കണ്ടില്ലേ, പടുവൃദ്ധനായിപ്പോയി എന്റെ കുട്ടി.'

പടികടക്കുംമുന്നേ രണ്ടാമത്തെ സ്ത്രീ ഒന്ന് തിരിഞ്ഞുനോക്കി.

തെക്കേപ്പുറത്ത് മാവിൻചുവട്ടിൽ ഭാര്യയുടെ മൺകൂനയ്ക്കരികിൽ ഒരു ചെറിയ കുറ്റിച്ചൂലുമായി പൊഴിഞ്ഞുവീണ മാവിന്റെ ഇലകൾ തൂത്തു വൃത്തിയാക്കുന്നതിനോടൊപ്പം എന്തൊക്കെയോ ഉച്ചത്തിൽ സംസാരിക്കുന്നുണ്ടായിരുന്നു അയാൾ.

മൂവരും നിശ്ശബ്ദരായിരുന്നു.

'എന്തുകൊണ്ടാണ് ആണുങ്ങൾ കരയാത്തത്?'

മൂന്നാമത്തെ സ്ത്രീ നടത്തത്തിനിടയിൽ പതുക്കെ ചോദിച്ചു.

മറ്റ് രണ്ടുപേരും പരസ്പരം നോക്കി.

പിന്നെ ഒരു നെടുവീർപ്പോടെ അവൾ പിറുപിറുത്തു.

'അറിയില്ല. എല്ലാ സങ്കടവും കരഞ്ഞുതീർത്താൻ പിന്നെ അവരും നമ്മളും ഒരുപോലെയായിപ്പോകില്ലേ എന്നു വച്ചാവും.'

ജഹന്നാര

രുധിരവർണ്ണമാർന്ന നഭസ്സിൽനിന്നും സായാഹ്നസൂര്യന്റെ ദുർബല കിരണങ്ങൾ ആഗ്രക്കോട്ടയുടെ വിശാലമായ അകത്തളച്ചുവരിൽ പതിപ്പിച്ച സ്ഫടികഖണ്ഡങ്ങളെ തലോടി, ഇടനാഴികളിലേക്ക് അരണ്ട വെളിച്ചമായി പ്രതിഫലിച്ചു.

ചെങ്കല്ലുകളാൽ സൃഷ്ടിക്കപ്പെട്ട കോട്ടച്ചുവരുകളും അകത്തളങ്ങളും ലളിതമായ അലങ്കാരങ്ങളാൽ സുന്ദരമായിരുന്നു. അകത്തളങ്ങളിലും ഇടനാഴികളിലും ശുഭ്രവസ്ത്രധാരികളായ പരിചാരകർ ദീപങ്ങൾ കൊളുത്തുവാനുള്ള ഒരുക്കങ്ങളിൽ നിശ്ശബ്ദരായി ഏർപ്പെട്ടിരുന്നു.

വിശാലമായ പ്രാർത്ഥനാമുറിയുടെ മുൻഭാഗത്തുള്ള തളത്തിൽ സമ്രാട്ട് ഔറംഗസീബ് ചക്രവർത്തി അക്ഷമനായി ഉലാത്തി.

വിവിധവർണ്ണങ്ങളിൽ വിദഗ്ദ്ധമായി സൃഷ്ടിക്കപ്പെട്ട ചുവർചിത്രങ്ങളിൽ മുഗൾ സാമ്രാജ്യത്തിന്റെ ചരിത്രം വിവരിക്കപ്പെട്ടിരുന്നു. അതിനിടയിലുള്ള ഛായാചിത്രങ്ങളിൽ പിതാവായ ഷാജഹാന്റെയും സഹോദരനായ ദാരയുടെയും ജീവസ്സുറ്റ മുഖങ്ങൾ ചക്രവർത്തിയെ അസ്വസ്ഥനാക്കി.

'ഈ സായാഹ്നവേളയിൽ ഗർഹ്യയാം അടിയന്റെ കോട്ടയിൽ ഇത്രയേറെ വിശിഷ്ടനായ ഒരാഗന്തുകനെ നാം പ്രതീക്ഷിച്ചിരുന്നില്ല.'

മുഖം തിരിച്ച ചക്രവർത്തിക്ക് മുന്നിൽ പ്രാർത്ഥനാമുറിയിൽ നിന്നുമുള്ള ദീപപ്രഭയിൽ ജ്വലിക്കുന്ന മുഖവുമായി ധവള വർണ്ണമാർന്ന സൂഫി വസ്ത്രങ്ങൾ ധരിച്ച നേർത്തുമെലിഞ്ഞ, യൗവനം വിട പറയാനൊരുങ്ങുന്ന സ്ത്രീരൂപം, ജഹന്നാര ബീഗം നിലകൊണ്ടു.

സ്വസോദരിയുടെ തീവ്രമായ പരിവാദങ്ങൾക്ക് മുന്നിൽ ശിരസ്സ് താഴ്ത്തിക്കൊണ്ട് മുഗൾചക്രവർത്തി തീർത്തും അക്ഷോഭ്യനായി നിന്നു.

'മുഗൾ സാമ്രാജ്യാധിപതി, ആഗമനോദ്ദേശ്യം ഉണർത്തിച്ചാലും.'

വിവശവദനനായി ശിരസ്സുയർത്തിയ സഹജനം ബീഗം നിർന്നിമേഷയായി നോക്കിനിന്നു.

വിശിഷ്ടമായ രാജവസ്ത്രങ്ങളിൽ രത്നഖചിത കിരീടധാരിയും പ്രൗഢഗംഭീരനുമെങ്കിലും ജരാനരകൾ ബാധിച്ചുതുടങ്ങിയിരിക്കുന്നു. നയനങ്ങളിൽ ദൃശ്യമാകുന്ന ആർദ്രത.

സോദരീസ്നേഹമോ മറ്റൊരു ഗൂഢലക്ഷ്യമോ എന്ന് വ്യവച്ഛേദിച്ചറിയാനാവുന്നില്ല.

'നാമൊരിക്കൽ സൂചിപ്പിച്ചിരുന്നു: ആ കുറിപ്പുകൾ അവ എന്തിനു വേണ്ടിയാണ് പ്രിയസോദരി സൂക്ഷിച്ചുപോരുന്നത്?'

'നമ്മുടെ നിഗമനം തെറ്റിയില്ല.'

ജഹന്നാര ബീഗത്തിന്റെ അധരങ്ങളിൽ മന്ദഹാസം പ്രകടമായി.

'ചക്രവർത്തിയായ അവിടുന്ന് വെറുമൊരു സൂഫിവര്യയായ അടിയന്റെ ജീവചരിത്രക്കുറിപ്പിനെ എന്തിന് ഭയപ്പെടുന്നു? അസത്യമായിയാതൊന്നുമേ കുറിച്ചിട്ടില്ലതിൽ. സത്യത്തെ മുഗൾചക്രവർത്തിക്ക് ഇത്രയേറെ ഭയമോ?'

അവമതിയുടെ സ്പർശനമേറ്റ ഔറംഗസീബിന്റെ മിഴികളിൽ ധാർഷ്ട്യമുനകൾ ദൃശ്യമായി. നിണപാനാനന്തരം മയങ്ങുന്ന ജളുകത്തെ ദർശിച്ചപോലെ അവജ്ഞ കലർന്നതായിരുന്നു ബീഗത്തിന് സഹോദരനോടുള്ള മുഖഭാവമപ്പോൾ.

'എത്ര വരാഹനാണ് ആവശ്യം? അതോ ധാന്യങ്ങളോ? ഇപ്പോൾ അനുവദിച്ചതിന്റെ നാലിരട്ടി കൊട്ടാരത്തിൽനിന്നും അനുവദിക്കാൻ നാം തയ്യാറാണ്. പക്ഷേ, ഭാരതചരിത്രത്തിൽ എന്നെന്നും നമ്മുടെ സ്ഥാനം 'ക്രൂരനായ ഭരണാധികാരി' യായി ശേഷിക്കരുത്.'

ഔറംഗസീബ് അപേക്ഷാഭാവത്തിൽ സഹോദരിക്ക് നേരെ മുഖം തിരിച്ചു.

ജഹന്നാര ബീഗം ക്ഷീണിച്ച മുഖമുയർത്തി കനിഷ്ടസോദരനെ നോക്കി. ഇടനാഴിയിൽ പരിചാരകർ മൃഗക്കൊഴുപ്പും എണ്ണയും ചേർത്ത മിശ്രിതമൊഴിച്ചു ദീപങ്ങൾ ജ്വലിപ്പിക്കുന്നതിന്റെ പ്രഭയിൽ അവരുടെ മുഖം അചഞ്ചലമായ ഭാവത്തോടെ നിന്നു.

'ധനമോ ധാന്യമോ ഇതുവരെ നമ്മെ പ്രലോഭിപ്പിച്ചിട്ടില്ല. മുംതാസ് മാതാവിന്റെ മരണശേഷം പരമ്പരാഗത സ്വത്തായി നമ്മിൽ വന്നുചേർന്ന സമ്പത്ത് എത്ര ഭീമമായിരുന്നുവെന്ന് അനുജൻ വിസ്തരിച്ചിട്ടുണ്ടാവില്ലല്ലോ. കൊട്ടാരവിഹിതം പോലും ഇന്ന് നാം ദാനത്തിനാണ് ഉപയോഗിക്കുന്നത്.'

ശിരസ്സുയർത്തി തന്നിലേക്ക് ഉറ്റുനോക്കുന്ന സഹോദരിയുടെ മിഴികളിലെ ഭാവം ചക്രവർത്തിയെ അസ്വസ്ഥനാക്കി. ഛത്രസാലന്റെ വധത്തിനുശേഷം കോട്ടയിലെത്തിയ നിമിഷമാണ് അയാളുടെ സ്മരണയിലുണർന്നതപ്പോൾ. ഔറംഗസീബിന്റെ മുഖം പരാജയഭീതിയിൽ വിളറിത്തുടങ്ങിയിരുന്നു. അവസാനശ്രമമെന്ന നിലയിൽ അടക്കിപ്പിടിച്ച സ്വരത്തിൽ ചക്രവർത്തി ജ്യേഷ്ഠ സഹോദരിയോടുരുവിട്ടു.

'ചക്രവർത്തിയായിട്ടല്ല, സംവത്സരങ്ങൾക്കപ്പുറം പിറന്നാൾ വസ്ത്രത്തിൽ അഗ്നിബാധയുണ്ടായി മരണശയ്യയിൽ കിടന്ന സോദരിക്കായി വേദനകൊണ്ട് പിടയുന്ന ഹൃദയവുമായി ഓടിയെത്തിയ സഹോദരനായിക്കൊണ്ട് നാം യാചിക്കുകയാണ്.'

ബീഗത്തിന്റെ മുഖം സ്തബ്ധമായി. നന്മ നിറഞ്ഞ നാളുകളുടെ സ്മരണയിൽ ആ മിഴികൾ ദീപ്തങ്ങളായി.

'നമുക്കുമുണ്ടായിരുന്നു നല്ല നാളകൾ. വിവാഹം നിഷിദ്ധമായ മുഗൾ രാജകുമാരിയുടെ പ്രണയത്തെ ഉടവാളിനിരയാക്കി അവളെ കാരാഗൃഹത്തിലടയ്ക്കും ദിനങ്ങൾക്കുമപ്പുറം...'

അർദ്ധനിദ്രയിലെന്നപോല അവർ മന്ത്രിച്ചു.

നിറദീപങ്ങൾ ജ്വലിക്കുന്ന ഇടനാഴിയിൽനിന്നും ബീഗം അടുത്ത അകത്തളത്തിലേക്ക് കടന്നു. കിളിവാതിലിനരികിൽ നിന്നുകൊണ്ടവർ യമുനാതീരത്തേക്ക് മിഴികളോടിച്ചു.

നിലാവുദിച്ചു വരുന്നേയുള്ളു. എങ്കിലും താജ്മഹലിന്റെ വെള്ളത്താഴികക്കുടം സൂക്ഷ്മമായി കാണാം. അനിർവചനീയമായ വികാരത്താൽ അവരുടെ നയനങ്ങൾ നിറഞ്ഞൊഴുകി.

'സ്വപുത്രനാൽ ബന്ധനസ്ഥനായ നമ്മുടെ പിതാവ് ഈ കിളിവാതിലിലൂടെയാണ് എട്ടുവർഷത്തോളം മാതാവിനെ ദർശിച്ചിരുന്നത്. അന്ത്യശ്വാസമുഹൂർത്തത്തിൽ അദ്ദേഹത്തിന്റെ അപേക്ഷ മാതാവിനരികിൽ വിശ്രമിക്കണമെന്നതായിരുന്നു.'

'ഒരു കാലത്ത് ഭാരതം മൊത്തം അടക്കിവാണ മുഗൾചക്രവർത്തിയുടെ ജഡം സ്വപുത്രനെ ഭയപ്പെട്ട് ഒരു തുരങ്കത്തിലൂടെയാണ് വിശ്വസ്തസേവകർ മഹലിലേക്ക് കൊണ്ടുപോയത്.'

അവർ പറഞ്ഞുനിർത്തി.

ഔറംഗസീബിന്റെ വദനത്തിൽ ആത്മവേദനയുടെ നിഴൽപ്പാടുകൾ ദൃശ്യമായിരുന്നു. ബീഗത്തിന് പുറകിലായി നിന്നുകൊണ്ട് അദ്ദേഹം താജ്മഹലിലേക്ക് ദൃഷ്ടികളുയർത്തിക്കൊണ്ട് മന്ത്രിച്ചു.

'ഹൃദയപൂർവ്വം നാം ഖേദിക്കുന്നു.'

ശ്രവിച്ച വാക്കുകൾ വിശ്വസിക്കാനാകാതെ ജഹന്നാര സഹോദരന്റെ മുഖത്തേക്ക് സൂക്ഷിച്ചുനോക്കി.

'ഇതൊന്നുമല്ല പ്രഭോ. അവിടുന്ന് ചെയ്ത ക്രൂരതകൾ! സ്വന്തം സഹോദരന്മാരായ മുറാദിനെയും ഷൂർജയെയും 'പവിൽ സർബത്' കുടിപ്പിച്ചുകൊന്നില്ലേ? സിംഹാസനത്തിന്റെ അവകാശിയായ ദാരയെ രണ്ടുപാദങ്ങളും രണ്ടു കുതിരകളിലായി ബന്ധിച്ചശേഷം അവയുടെ ആസനത്തിൽ പഴുപ്പിച്ച ശൂലം കയറ്റി. വിപരീതദിക്കിലേക്ക്

വേദനിച്ചോടിയ അശ്വമധ്യേ വലിച്ചുകീറപ്പെട്ട സഹോദരന്റെ ശിരസ്സ് വെട്ടിയെടുത്തു പിതാവിന് ജന്മദിന സമ്മാനമായി സമർപ്പിച്ചില്ലേ?'

കഠിനവേദനയാൽ ബീഗത്തിന്റെ മുഖം ചുളിഞ്ഞിരുന്നു. ജ്വലിക്കുന്ന റാന്തലിനരികിൽ നിൽക്കുമ്പോൾ അവരുടെ മിഴികളിൽനിന്നും നിണമൊഴുകുന്നതെന്ന് ചക്രവർത്തിക്ക് തോന്നി. തീർത്തും നിശ്ശബ്ദനായ അയാൾ ശിരസ്സു താഴ്ത്തി നിലകൊണ്ടു.

നിമിഷങ്ങൾ കടന്നുപോയ്ക്കൊണ്ടിരുന്നു. ആലോചനാമഗ്നയായ ബീഗത്തിന്റെ വദനം നിശ്ചയദാർഢ്യത്താൽ കല്ലിച്ചിരുന്നു.

'ഇന്നീനിമിഷം, മുറാദിന്റെയും ഷൂർജയുടെയും പുത്രന്മാരെ തടവിൽനിന്നും മുക്തരാക്കുവാൻ ഉത്തരവിടൂ. അവരിലൂടെ നമുക്ക് നശിച്ചുപോയ ഒരുമയും നന്മയും വീണ്ടെടുക്കണം. അങ്ങനെയെങ്കിൽ നമ്മുടെ കുറിപ്പുകളിനി പുറംലോകം കാണാത്തവിധം നാം നശിപ്പിക്കുന്നതായിരിക്കും.'

ഞൊടിനേരംകൊണ്ട് ചക്രവർത്തിയുടെ മുഖം പൂർണ്ണചന്ദ്രനെപ്പോൽ പ്രകാശിച്ചു. പ്രതീക്ഷയോടെ അദ്ദേഹം സഹോദരിയെ നോക്കി പുഞ്ചിരിച്ചു.

'മുഗൾസാമ്രാജ്യ ചക്രവർത്തിയായ നാമിതാ വാക്കു തരുന്നു. ഈ നിമിഷം മുതൽ അവർ സ്വതന്ത്രരാണ്. മാതാവിന്റെ സ്ഥാനം നൽകിക്കൊണ്ട് സഹോദരിയായ ജഹന്നാരബീഗത്തിന് മുന്നിൽ ഔറംഗസീബ് ചക്രവർത്തി സമർപ്പിക്കുന്ന പ്രതിജ്ഞയാണിത്.'

ബീഗത്തിന്റെ മിഴികളിൽ അലിവ് ദൃശ്യമായി. ക്ഷണനേരത്തേക്ക് മാത്രം.

'നമ്മുടെ ഗുരുവിന്റെ കണ്ണുകൾ കുന്തമുനകളിൽ കോർത്തെടുത്തു കൊലപ്പെടുത്തിയതും സിംഹാസനത്തിനായി സ്വപിതാവിനെയും ചേർത്ത് അപദാനകഥകൾ പറഞ്ഞുണ്ടാക്കിയതും നാം വിസ്മരിക്കുന്നില്ല. എങ്കിലും ഈ പ്രതിജ്ഞയിൽ നാം വിശ്വാസമർപ്പിക്കുന്നു.'

തുലചിത്തനായ്, അടക്കിപ്പിടിച്ച മന്ദസ്മിതത്തോടെ, കോട്ടവാതിൽക്കലേക്ക് നീങ്ങിയ ചക്രവർത്തിയുടെ മിഴികളിൽ ഒളിമിന്നിയ കുടിലത ജഹന്നാരബീഗത്തിന്റെ നിർമ്മലചിത്തത്തിൽ സന്ദേഹമുളവാക്കിയില്ല. സഹോദരന്റെ ചലനങ്ങളെ വാത്സല്യപൂർവ്വം വീക്ഷിച്ചുകൊണ്ടവർ നീൾമിഴികളിൽ സോദരസ്നേഹത്തിന്റെ ഈർപ്പവുമായി, ആർദ്രയായി സ്മരണകളിൽ ലയിച്ചുനിന്നു.

സൂര്യോദയത്തിന് നാഴിക ബാക്കിനിൽക്കെ, ജാസ്മിൻ ഗോപുരത്തിൽനിന്നും ഒരു ചെറുറാന്തലുമേന്തി ജഹന്നാര ബീഗം പതു

ക്കെ ഇറങ്ങിവന്നു. വിജനമായ പരിസരം ഗഹനമായി വീക്ഷിച്ചു കൊണ്ട് നടന്നുനീങ്ങുന്ന ബീഗത്തിന്റെ മിഴികളിൽ വാഗ്ദാനപാല നത്തിന്റെ ആത്മസംതൃപ്തി തെളിഞ്ഞുനിന്നു.

ചരിത്രത്തിലെ ചതികളറിയാതെ, മുഗൾവംശത്തിന്റെ ഒരു വലിയ 'ഏട്' ഗോപുരത്തിനുള്ളിലെ മാർബിൾ ഫലകത്തിനിടയിൽ നിത്യ നിദ്രയിലമർന്നുകിടന്നു.

(300 വർഷങ്ങൾക്കുശേഷം ആഗ്രാകോട്ട സന്ദർശിക്കാനെത്തിയ ആൻഡ്രിയ എന്ന സ്വീഡൻ യുവതിയുടെ മുന്നിലേക്ക് ജാസ്മിൻ ഗോപുരത്തിലെ മാർബിൾ ഫലകത്തിന്റെ ചെരിവിലൂടെ ഊർന്നു വീഴുകയായിരുന്നു അന്ന് അടക്കം ചെയ്യപ്പെട്ട ആ കുറിപ്പുകൾ. ഒരു സങ്കല്പമാണ് ഈ സംഭാഷണം.)

വിവാഹത്തിന്റെ ഒൻപതാംനാൾ

ഇന്നാണ് ആ ദിവസം.

കാത്തുവമ്മ പറഞ്ഞതിൽ എന്തെങ്കിലും സത്യമുണ്ടെങ്കിൽ ഈ രാത്രി തന്റെ അവസാനരാത്രിയായിരിക്കും. ഓർക്കുന്തോറും നിളയുടെ ഉള്ളിൽ എന്തോ കുടുങ്ങിവിറച്ചു. ഭയം അതിന്റെ പാരമ്യതയിൽ എത്തിയത് കൊണ്ടാവാം കണ്ണീർപോലും വരുന്നില്ല. അവൾ ചെവിയോർത്തു. ഇല്ല കരച്ചിൽ കേൾക്കുന്നില്ല. സമയമാകുന്നേയുള്ളു.

മട്ടുപ്പാവിലെ പേരറിയാത്ത വള്ളിപ്പടർപ്പിന്റെ ചുവട്ടിലെ ഊഞ്ഞാൽക്കട്ടിലിൽ തളർന്ന മനസ്സും ദേഹവുമായി ആരെയോ പ്രതീക്ഷിച്ചെന്നവണ്ണം അവൾ താഴേക്കു നോക്കിയിരുന്നു.

സന്ധ്യ ആവുന്നേയുള്ളു. എന്നിട്ടും വഴിയെല്ലാം കോടമഞ്ഞു മൂടിത്തുടങ്ങിയിരിക്കുന്നു. അല്ലെങ്കിലും ഇങ്ങോട്ടാരു വരാൻ?

അഞ്ചേക്കർ വനത്തിനുള്ളിൽ ഒരു കരിങ്കൽക്കൊട്ടാരം. വിവാഹദിവസം ആദ്യമായി ഈ വീട് കണ്ടപ്പോൾ ഭയംമാത്രമാണ് തോന്നിയത്.

വലിയ ഗേറ്റ് കടന്ന് പത്തുമിനുട്ടോളം നിഗൂഢവനത്തിനുള്ളിലൂടെ ഒരുപാട് വള്ളിപ്പടർപ്പും പലവിധ വൃക്ഷങ്ങളും നിറഞ്ഞ ഒരു വഴിത്താരയും കടന്നു. കരിങ്കൽചുവരുകളിൽ പോലും കടുംപച്ച വള്ളികൾ പടർന്നുകയറിയ ഇരുണ്ട ഒരു ബംഗ്ലാവ്. ചുറ്റോടുചുറ്റും പലവിധ സസ്യങ്ങൾ. പുറകുവശത്തായി നിറയെ ആമ്പലുകൾ വിടർന്ന ചെറിയ കുളം

ഇരുപത്തിയെട്ടു മുറികളുണ്ട് ബംഗ്ലാവിനെന്ന് കാത്തുവമ്മയാണ് പറഞ്ഞുതന്നത്. ഈ വീട്ടിൽ തങ്ങളെക്കൂടാതെ ആകെയുള്ളൊരു മനുഷ്യജീവി. വയസ്സ് നൂറു കടന്നിട്ടുണ്ടാവാം. ബ്ലൗസ് ഇടാറില്ല. ഉണങ്ങിച്ചുരുണ്ട വളഞ്ഞ ദേഹവുമായി കാതിലെ തോട ആട്ടി പ്രത്യേകരീതിയിലുള്ള സംസാരവുമായി അവർ തന്നെ ചുറ്റിപ്പറ്റി നിന്നു.

ആദ്യരാത്രിയിൽ അവർ ചേർത്തുപിടിച്ച് പറഞ്ഞത് ഇപ്പോളും ചെവിയിൽ മുഴങ്ങുന്നു.

'പാലും പഞ്ചാമൃതോം ഒന്നും വേണ്ട മോളേ. പോയി കിടന്നോളുക. ന്നുവച്ചാ പക ഇല്ലാണ്ടിരിക്ക്യോ? നിറഗർഭിണിയുടെ ആത്മാവല്ലേ. അതിന്റെ തെളിവാണ് കഴിഞ്ഞ പ്രാവശ്യം കണ്ടത്. കൃത്യം ഒമ്പതാം നാൾ തീർന്നില്ലേ. അന്നത്തോടെയാണ് വല്യ കുളം മൂടിയത്.'

എട്ടുമാസം ഗർഭിണിയായ ആദ്യഭാര്യയും പിന്നീട് വിവാഹം ചെയ്ത രണ്ടാംഭാര്യ അന്നേക്ക് കൃത്യം ഒൻപതാംദിനവും ദുർമ്മരണമടഞ്ഞു പോയ ഒരാളുടെ മൂന്നാംഭാര്യയെന്ന സ്ഥാനം എന്നല്ലാതെ മറ്റു വിവരങ്ങൾ ഒന്നും തനിക്കറിയില്ലായിരുന്നു.

അത് ചിറ്റമ്മയുടെ പദ്ധതിയാവാം.

എത്രയാണെന്നറിയില്ല.

എങ്കിലും ദേവനാരായണനെന്ന തന്റെ ഭർത്താവ് നല്ലൊരു തുകതന്നെയാണ് വാഗ്ദാനം ചെയ്തതെന്ന് ചെറിയമ്മയുടെ അമിതസ്നേഹത്തിൽ മനസ്സിലാക്കാവുന്നതേ ഉണ്ടായിരുന്നുള്ളു.

ആദ്യഭാര്യയുടെ ആത്മാവിന്റെ പക അടങ്ങുവാൻ വേണ്ടിയാണത്രെ കഴിഞ്ഞ എട്ടുദിനങ്ങളായി താൻ അനുഷ്ഠിക്കുന്ന വ്രതങ്ങളൊക്കെ. ഇന്നത്തെ ദിവസം കടന്നുകിട്ടിയാൽ പിന്നീടൊന്നും പേടിക്കാനില്ലെന്നാണത്രേ പ്രശ്നത്തിൽ തെളിഞ്ഞത്.

പക്ഷെ, മനസ്സിൽ എപ്പോളും തെളിഞ്ഞുനിൽക്കുന്നത് ഗർഭിണിയായിരിക്കെ കുളത്തിൽ വീണുമരിച്ച ആദ്യഭാര്യയല്ല. വിവാഹത്തിന്റെ ഒമ്പതാംനാൾ അതേ കുളത്തിൽ വീണുമരിച്ച രണ്ടാംഭാര്യയാണ്. അവളുടെ നിലവിളിയാണ് രാത്രികളിൽ ചെവിയിൽ നിറയുന്നത്. രാത്രിയിൽ എപ്പോളോ വീണുമരിച്ചത് ആരുമറിയാതെ പിറ്റേന്ന് വൈകുന്നേരം ബിസിനസ്സ് ടൂർ കഴിഞ്ഞ് ദേവനാരായണൻ വരുംവരെ ആ കുളത്തിൽ വീർത്തു മരവിച്ചുകിടന്ന പാവം പെണ്ണ്.

ആരോ നടന്നുവരുന്നുണ്ട്. നിള ചിന്തയിൽനിന്നുണർത്തു. കാത്തുവമ്മയാണ്. പ്രാഞ്ചിപ്രാഞ്ചി ചുക്കിച്ചുളിഞ്ഞ തോടയും മുലകളുമാട്ടി അവരടുത്തേക്ക് വരുമ്പോൾ അവൾക്ക് ശ്വാസംമുട്ടി.

'മുടി ഇങ്ങനെ അഴിച്ചിടാതെ കുട്ട്യേ. കെട്ടിവെച്ചിട്ട് പൂജാമുറിയിൽ പോയിരുന്ന് ജപിച്ചോളൂ. ഇന്നത്തെ ദിവസം കൂടി കഴിഞ്ഞുകിട്ടാൻ.'

'ജപിച്ചാൽ രക്ഷപ്പെടുമെന്ന് ഉറപ്പൊന്നുമില്ലല്ലോ.?'

കാത്തുവമ്മ തിരിഞ്ഞു നിളയെ നോക്കി. നിസ്സഹായതയും ഭയവും അലയടിക്കുന്ന വിടർന്ന കണ്ണുകൾ.

അഗ്നിയിൽവീണ ഈയലിന്റെ അവസ്ഥയാണ് അവൾക്കിപ്പോൾ എന്നു തോന്നി അവർക്ക്.

'ദൈവത്തെക്കാൾ വലുതല്ലല്ലോ ഒരാത്മാവും.' അവരൊന്ന് നിർത്തി. പിന്നെ ദീർഘനിശ്വാസം വിട്ടുകൊണ്ട് തുടർന്നു.

'എന്തൊരു പ്രസരിപ്പായിരുന്നെന്നോ ഗൗരിമോൾക്ക്. എട്ടുമാസം നിറഞ്ഞ വയറും താങ്ങി ഈ വീടുമൊത്തം ചിരിച്ചുകളിച്ചങ്ങനെ നടക്കുന്നത് ഇപ്പോളും കൺമുന്നിലുണ്ട്. അന്നും ദേവൻകുഞ്ഞ് ഇതുപോലെ

ടൂറിലായിരുന്നു. പുൽച്ചെ ഞാനാണ് ആദ്യം കുളത്തിൽ എന്റെ മോളുടെ ശവം കണ്ടത്.'

ഒന്നു ശ്വാസമെടുത്ത് അവർ വിങ്ങിക്കരഞ്ഞു. കണ്ണീരൊഴുകുന്ന മുഖമുയർത്തി വീണ്ടും തുടർന്നു.

'പിന്നെ രണ്ടുവർഷം. അതിനുശേഷമാണ് നന്ദക്കുഞ്ഞ് വന്നത്. ഒമ്പതുനാൾ കടക്കില്ലെന്ന് പ്രശ്നത്തിൽ തെളിഞ്ഞിരുന്നു.

അതുപോലെതന്നെ നടന്നു.

പിന്നീടൊരു വിവാഹത്തിന് ദേവൻകുഞ്ഞ് തയ്യാറാവുമെന്ന് ആരും കരുതിയതല്ല. വീണ്ടുമൊരു പരീക്ഷണം കൂടി വിധിച്ചിട്ടുണ്ടാവാം.'

പടിയിറങ്ങിപ്പോകുന്ന വൃദ്ധയെ നോക്കി തളർന്ന മനസ്സോടെ നിള പൂജാമുറിയിലേക്ക് നടന്നു. നാളെ നേരം പുലരുമ്പോഴേ തന്റെ വ്രതം കഴിയൂ. ജീവനോടെയുണ്ടെങ്കിൽ നാളെ വൈകുന്നേരം കാണാം ദേവേട്ടനെ.

വിവാഹത്തിന്റെ രണ്ടാംനാൾ വരെ അദ്ദേഹം ബംഗ്ലാവിലുണ്ടായിരുന്നു. തനിക്ക് വ്രതമായതിനാൽ രാത്രിയിൽ കിടപ്പറയിലേക്ക് വരാറില്ലെങ്കിലും സ്നേഹംനിറഞ്ഞ നോട്ടവും കരുണയുള്ള പുഞ്ചിരിയും കുഞ്ഞുകുഞ്ഞു സംസാരങ്ങളുമായി ഇടയ്ക്കിടെ അടുത്തു വന്നിരിക്കും.

കാത്തുവമ്മ ശ്രദ്ധിക്കുമ്പോൾ ഒരു ചിരിയോടെ എണീറ്റ് പുറത്തേക്ക് നടക്കും. പിന്നീട് ഒരാഴ്ചത്തേക്കുള്ള ബിസിനസ്സ് ടൂറിന് പോയതാണ്. നാളെ വൈകുന്നേരത്തേക്ക് എത്തുമെന്ന് അല്പംമുന്നെ വിളിച്ചപ്പോൾ പറഞ്ഞത്രേ. ഒന്നു കാണാൻ കഴിഞ്ഞിരുന്നെങ്കിൽ.

ആരോ വിളിക്കുന്ന ശബ്ദംകേട്ടാണ് ഉണർന്നത്. എപ്പോഴാണ് ഉറങ്ങിപ്പോയത്? പൂജാമുറിയിലെ ഒറ്റത്തിരിയുടെ വെളിച്ചമേയുള്ളു മുന്നിൽ. ബാക്കിയെല്ലായിടത്തും കൂരിരുട്ടാണ്. പുറത്തു മഴ കോരിച്ചൊരിയുന്നുണ്ട്. ആഞ്ഞുവീശിയ കാറ്റിൽ ഏതോ ജനൽപ്പാളി വന്നടിച്ച ശബ്ദം കാതിൽ മുഴങ്ങി.

നിള വിറയ്ക്കുന്ന പാദങ്ങൾ പെറുക്കിവച്ചു വാതിൽക്കലേക്ക് നീങ്ങി. ശരിയാണ്. ഒരു സ്ത്രീശബ്ദം പതംപറഞ്ഞ് ഏങ്ങിയേങ്ങി കരയുന്നുണ്ട്. കാത്തുവമ്മയെ വിളിക്കാൻ ശ്രമിച്ചെങ്കിലും ശബ്ദം പുറത്തേക്ക് വരുന്നുണ്ടായിരുന്നില്ല.

ഇടനാഴിയുടെ അങ്ങേയറ്റത്ത് ആരോ നിൽക്കുന്നതുപോലെ തോന്നി നിളയ്ക്ക്. വിറയ്ക്കുന്ന പാദങ്ങൾ പിറകിലേക്ക് പെറുക്കിവെച്ച് ബാൽക്കണിയിലേക്കുള്ള വാതിൽക്കലേക്ക് നീങ്ങിയവൾ. ആ വാതിൽ ആരാണ് തുറന്നിട്ടത്?

പെട്ടെന്നാണ് ഇടനാഴിയിലെ നിഴൽ തനിക്കുനേരെ വേഗത്തിൽ നട

ന്നടുക്കുന്നത് അവൾ കണ്ടത്. അലറിക്കരഞ്ഞുകൊണ്ട് അവൾ തുറന്നുകിടന്ന വാതിലിലൂടെ ബാൽക്കണിയിലേക്ക് ഓടി. ഊഞ്ഞാൽ കട്ടിലിന്റെ അരികിലൂടെ പടർന്നുകയറിയ വള്ളിപ്പടർപ്പിൽ കാൽ കുരുങ്ങി ആരോ വലിച്ചെറിഞ്ഞെന്ന പോലെ അവൾ ബാൽക്കണിയുടെ കൈവരികൾക്കരികിലൂടെ നെഞ്ചിടിച്ചുവീണു. കോരിച്ചൊരിയുന്ന മഴത്തുള്ളികൾ അവളുടെ കണ്ണീരിനൊപ്പം കലർന്നൊഴുകി.

അവൾ തിരിഞ്ഞുനോക്കി. ഇടിമിന്നലിന്റെ വെളിച്ചത്തിൽ വ്യക്തമായി കാണാം. ആ നിഴൽ വാതിൽക്കൽ എത്തിക്കഴിഞ്ഞിരിക്കുന്നു.

നിള കൈവരിയിൽ പിടിച്ച് തിരിഞ്ഞുനോക്കി. ഇരുട്ടിൽ ഒന്നും വ്യക്തമല്ല. ഒറ്റച്ചാട്ടത്തിൽ തീരും. മൂന്നാംനിലയിൽനിന്ന് താഴെ എത്തുന്നസ സമയം മതിയാകും. ചിതറിത്തീർന്നുകിട്ടും എല്ലാം.

പിന്നീട് ആരെയും ഭയക്കേണ്ട.

ചിറ്റമ്മയെ...ദുരാത്മാക്കളെ.

ആരെയും ഭയക്കേണ്ട ഇനി. ആവേശം സിരകളിൽ നിറയുന്നു.

ഒരടികൂടി പിന്നിലേക്ക് കാൽവച്ചവൾ തിരിഞ്ഞുനോക്കി. അതടുത്തേക്ക് വരികയാണ്.

'നിളേ...'

കിണറ്റിനുള്ളിൽനിന്നെന്നപോലെ ആരോ വിളിക്കുന്നു.

അവൾ പതുക്കെ കണ്ണുതുറന്നു.

ആട്ടുകട്ടിലിലാണ് താൻ. കത്തിച്ചുവെച്ച ലാമ്പിന്റെ വെളിച്ചത്തിൽ കണ്ടു. അടുത്തിരുന്ന് മുടിയിൽ തലോടുന്ന ദേവേട്ടനെ. അപ്പോൾ ആ നിഴൽ.

അവൾ ചാടിയെണീറ്റു.

'എനിക്കറിയാമായിരുന്നു ഇന്ന് ഞാനിവിടെ ഉണ്ടാവേണ്ട ആവശ്യം. അതുകൊണ്ടുതന്നെയാണ് ആരോടും പറയാതെ പുറപ്പെട്ടത്. കാറിന്റെ മുന്നിൽ മരം പൊട്ടിവീണത് കാരണം നടക്കേണ്ടി വന്നു. അതാണ് വൈകിയത്. കുറെ വിളിച്ചിട്ടും തുറക്കാഞ്ഞിട്ട് എന്റെ കയ്യിലുള്ള താക്കോൽ വച്ചാണ് അകത്തു കയറിയത്.'

പച്ചമുള ചീന്തുംപോലെ നിള പൊട്ടിക്കരഞ്ഞു. നിശ്ശബ്ദനായി ദേവൻ അവളെ തന്നോടു ചേർത്തണച്ചു. നാലായി മടക്കിയ ഒരു കടലാസ് അവളുടെ കൈക്കുള്ളിലേക്ക് വച്ചു അയാൾ.

'ഇതൊരു ആത്മഹത്യാകുറിപ്പാണ്. എന്റെ ആദ്യഭാര്യ ഗൗരിയുടെ. ഒരിക്കലും ആരെയും കാണിക്കില്ലെന്ന് തീരുമാനിച്ചതാണ് ഞാൻ. പക്ഷെ, നീയിതു കണ്ടില്ലെങ്കിൽ നിന്നെയും എനിക്ക് നഷ്ടപ്പെടും.'

എല്ലാവരും മനസ്സിലാക്കിവച്ചതു പോലെ വിവാഹം കഴിഞ്ഞ് ഒമ്പതാം

മാസം ഗൗരി മരിക്കുമ്പോൾ അവളുടെ വയറ്റിലെ കുഞ്ഞിന് എട്ടുമാസ മായിരുന്നില്ല വളർച്ച. ഒമ്പതുമാസമെത്തിയ പൂർണ്ണവളർച്ചയെത്തിയ കുഞ്ഞിനേയും കൊണ്ടാണ് അവൾ ആത്മഹത്യ ചെയ്തത്. കാരണം ഒന്നേയുണ്ടായിരുന്നുള്ളു. അവൾ കാത്തിരുന്ന അവളുടെ കുഞ്ഞിന്റെ അച്ഛൻ അവളെയും കുഞ്ഞിനേയും കൊണ്ടുപോകാനുള്ള വരവിനിട യിൽ അപകടമരണമടഞ്ഞു. അതവളെ തളർത്തിക്കളഞ്ഞു. അന്ന് ഞാനുണ്ടായിരുന്നെങ്കിൽ സംഭവിക്കില്ലായിരുന്നു ആ ആത്മഹത്യ. കാരണം അത്രയുംനാൾ ഒരു വിഡ്ഢിയെപ്പോൽ അവളുടെ ഭർത്താ വായി ജീവിച്ചുജീവിച്ച് അവളെ ഞാൻ സ്നേഹിച്ചുതുടങ്ങിയിരുന്നു.'

'അപ്പോൾ രണ്ടാമത് വിവാഹം കഴിച്ച നന്ദ?'

നിള അറിയാതെ ചോദിച്ചുപോയി.

'എനിക്കറിയില്ല അവൾക്കെന്താണ് സംഭവിച്ചതെന്ന്. ഞാൻ വരാൻ വൈകിയിരുന്നെങ്കിൽ നിന്റെ അവസ്ഥ ഇപ്പോൾ എന്തായേനെ? അതു പോലെയാവാം അവൾക്കും സംഭവിച്ചത്.'

'പക്ഷെ, ആരോ കരയുന്നത് ഞാൻ കേൾക്കാറുണ്ട് ദേവേട്ടാ...പാതി രയാവുമ്പോൾ.'

നിള ഭയത്തോടെ ദേവന്റെ നെഞ്ചിലേക്ക് ഒന്നുകൂടി ചുരുണ്ടുകൂടി.

'അത് കാത്തുവമ്മയാണ് നിളാ. ഗൗരി അവരുടെ കൊച്ചുമകളായിരു ന്നു. അവളുടെ സൗന്ദര്യത്തിൽ ഭ്രമിച്ചാണ് മറ്റൊരു കാമുകൻ ഉണ്ടെന്ന റിഞ്ഞിട്ടും ഞാനവളെ വിവാഹം ചെയ്തത്.'

നിളയ്ക്ക് നട്ടെല്ലിനുള്ളിലൂടെ ഒരു വിറയൽ കടന്നുപോയി.

ഗൗരിയെപ്പറ്റി പറയുമ്പോഴുള്ള വൃദ്ധയുടെ കണ്ണുകളിലെ തിളക്കം രക്തബന്ധത്തിന്റേതായിരുന്നുവോ?

ദേവൻ അവളുടെ മൂർദ്ധാവിൽ ചുംബിച്ചുകൊണ്ട് പതുക്കെ തുടർന്നു.

'അവർക്കീ ലോകത്തിൽ ആകെയുണ്ടായിരുന്ന ബന്ധുവായിരുന്നു ഗൗരി. അവളുടെ മരണം അവരെ തളർത്തിക്കളഞ്ഞു. പകൽ മൊത്തം ഇങ്ങനെ നടക്കും. രാത്രികളിൽ തനിച്ചിരുന്ന് കരയും. പാവം.'

നിളയിൽനിന്ന് ആശ്വാസത്തിന്റെ നെടുവീർപ്പുയർന്നു. പതുക്കെ അവൾ ആ കത്ത് ദേവന്റെ കയ്യിലേക്ക് വച്ചുകൊടുത്തു.

'നമുക്ക് റൂമിലേക്ക് പോകാം ദേവേട്ടാ. ഇനി എനിക്കിത് വായിക്കേ ണ്ട. ദേവേട്ടൻ ഉണ്ടല്ലോ എന്റെ കൂടെ. അതുമതിയെനിക്ക്.'

പുഞ്ചിരിയോടെ ദേവൻ കുനിഞ്ഞ് അവളെ കൈകളിൽ വാരിയെടു ത്തു. ലജ്ജാവിവശയായി തന്റെ മാറിൽ മുഖമണച്ച് പറ്റിച്ചേർന്ന അവ ളുടെ പൂവുടൽ ഒന്നുകൂടി തന്നിലേക്ക് ചേർത്തുപിടിച്ചുകൊണ്ട് അയാൾ ഇടനാഴിയിലേക്കിറങ്ങി അവരുടെ കിടപ്പുമുറിയിലേക്ക് നടന്നുനീങ്ങി.

ഇടനാഴിയുടെ അങ്ങേയറ്റത്ത് കട്ടപിടിച്ച ഇരുട്ടിൽ, ചെറിയൊരു വളവുള്ളൊരു മനുഷ്യരൂപം അവരെ ശ്രദ്ധിച്ചുനിൽക്കുന്നുണ്ടായിരുന്നു.

വെറുപ്പും പകയും ഇച്ഛാഭംഗവും നിറഞ്ഞ അവരുടെ കണ്ണുകൾ ആ ഇരുട്ടിലും ജ്വലിച്ചുനിന്നു.

പ്രതികാരം

കുളിമുറിയിലെ മുഷിഞ്ഞ വസ്ത്രങ്ങൾ കൂട്ടിയിടുന്ന ഡബ്ബയുടെ ഉള്ളിലായി റെക്കാർഡ് മോഡിൽ വച്ചിരുന്ന മൊബൈൽ സാന്ദ്ര ശ്രദ്ധയോടെ വലിച്ചെടുത്തു. സേവ് ബട്ടൺ അമർത്തിയശേഷം വീണ്ടും പ്ലേബട്ടൺ ഞെക്കി. അതിലെ ദൃശ്യങ്ങൾ ഉറപ്പുവരുത്തി. പതുക്കെ ക്രൂരമായ പുഞ്ചിരിയോടെ മൊബൈൽ ഷോർട്സിന്റെ പോക്കറ്റിലേക്ക് തിരുകിക്കയറ്റി. കുളി കഴിഞ്ഞിറങ്ങിപ്പോയ മാനസയുടെ പ്രിയപ്പെട്ട ചന്ദനസോപ്പിന്റെ ഗന്ധം അപ്പോഴും കുളിമുറിയിൽ തങ്ങിനിൽക്കുന്നുണ്ടായിരുന്നു.

പതിവുപോലെ നിശ്ശബ്ദമായി അലസമായെന്നപോൽ സാന്ദ്ര ഹാളിലേക്ക് നടന്നു. ഇല്ല. ഹാളിൽ ആരുമില്ല. അതോടെ അവളുടെ മാർജാര പാദങ്ങൾ ഒന്നുകൂടെ പതുക്കെ ആയി. ഗ്ലാസ് ഡോറിന്റെ കർട്ടൻ മാറ്റി ഗാർഡനിലേക്ക് നോക്കി അവൾ. മഞ്ഞുവീണ് മങ്ങിത്തുടങ്ങിയ ചിത്രം പോലെ ഗാർഡനിൽ പപ്പയും മാനസയും സംസാരിച്ചുനിൽക്കുന്നത് കാണാമായിരുന്നു. പപ്പയുടെ കൈകൾ മാനസയുടെ ഇടുപ്പിലൂടെ ചുറ്റിയിരിക്കുന്നതു കണ്ടപ്പോൾ പതിവുപോലെ സാന്ദ്രയുടെ ഉള്ളിൽനിന്നും അറപ്പുളവാക്കുന്ന എന്തോ ഒന്ന് തികട്ടിവന്നു.

'പപ്പാ.' പുറകിൽ തന്റെ ശബ്ദംകേട്ട് മാനസ ഞെട്ടിമാറുന്നത് സാന്ദ്ര ക്രൂരമായൊരു സന്തോഷത്തോടെ നോക്കിനിന്നു. അവരുടെ മുന്നിൽ വിഡ്ഢിയായി അഭിനയിക്കുന്നത് ഈയിടെ തനിക്കൊരു ഹരമായി മാറിയിരിക്കുന്നു എന്നവൾ പുച്ഛത്തോടെ ആലോചിച്ചു.

നിഷ്ക്കളങ്കമായ പുഞ്ചിരിയോടെ അരികിലേക്കണഞ്ഞ മകളെ ചേർത്തണച്ചു കേണൽ. ബോയ്ക്കട്ട് ചെയ്ത അവളുടെ മുടിയിൽ തലോടി അയാൾ ചോദിച്ചു.

'ഒരുക്കങ്ങളൊക്കെ കഴിഞ്ഞോ പയ്യൻസ്?'

'യെസ് പപ്പാ. ത്രീ ഡേയ്സ് അല്ലേ. ഒരു ബാഗ് തന്നെ ധാരാളം. എല്ലാം റെഡി ആണ്. പുലർച്ചെ അവരെത്തുമ്പോൾ റെഡിയായിരുന്നാൽ മാത്രം മതിയിനി.'

തന്നിൽനിന്നും മുഖമൊളിപ്പിച്ച് ഉള്ളിലേക്ക് കയറിപ്പോകുന്ന മാനസയുടെ ചലനങ്ങൾ ശ്രദ്ധിച്ചുകൊണ്ട് സാന്ദ്ര പപ്പയുടെ ചുമലിലേക്ക് ഒന്നുകൂടി പറ്റിച്ചേർന്നു.

കോടമഞ്ഞിനിടയിലൂടെ സാന്ദ്രയുടെ കോളേജ് ബസ് ആട്ടവും പാട്ടുമായി കിതച്ചുവന്നു ഗേറ്റിന് മുന്നിൽ നിന്നു. സാന്ദ്രയുടെ കൈകളിലേക്ക് ബാഗ് വച്ചുകൊടുത്തുകൊണ്ട് കേണൽ അവളുടെ നെറ്റിയിൽ ചുംബിച്ചു. മകളുടെ മങ്കിക്യാപ്പും സ്വെറ്ററും അയാൾ നേരെ പിടിച്ചിട്ടു. പറഞ്ഞുവന്നതിന്റെ തുടർച്ച എന്നവണ്ണം വീണ്ടും പറഞ്ഞു.

'യാതൊരു കാരണവശാലും ഡ്രൈവ് ചെയ്യാൻ ശ്രമിക്കരുത് മോളൂ. ഇറ്റ്സ് മൈ ഓർഡർ. കഴിഞ്ഞ പ്രാവശ്യം ചെയ്ത വികൃതിയിൽ ആറു മാസമാണ് നീ ബെഡ്റസ്റ്റിൽ കിടന്നത്. ഓർക്കുന്നുണ്ടല്ലോ അല്ലേ.'

'ഉണ്ട് പപ്പാ. കിടപ്പിലായിപ്പോയ എനിക്ക് വേണ്ടിയല്ലേ പപ്പ മാനസയെ കൊണ്ടുവന്നത്. മമ്മി ഇല്ലാത്ത എന്നെ സഹായിക്കാൻ അവർ കൂടി ഇല്ലായിരുന്നുവെങ്കിൽ എന്തായേനെ എന്റെ അവസ്ഥ.'

പപ്പയുടെ പിറകിലായി പുഞ്ചിരിയോടെ നിൽക്കുന്ന മാനസയുടെ നേർക്ക് കൈവീശി കാണിച്ചശേഷം സാന്ദ്ര വണ്ടിയിലേക്ക് കയറി.

രാത്രി.

ക്യാമ്പ് ഫയറിന്റെ അവശിഷ്ടങ്ങൾക്കിടയിൽ സാന്ദ്രയും ലെനയും ദീപ്തിയും മാത്രം അവശേഷിച്ചു.

ബിയർബോട്ടിലിലെ അവസാനതുള്ളിയും നുണഞ്ഞുകൊണ്ട് ലെനയും ദീപ്തിയും സംസാരിച്ചുകൊണ്ടേയിരുന്നു.

കെടാറായ കനലിലേക്കു നോക്കി സാന്ദ്രമാത്രം നിശ്ശബ്ദയായിരുന്നു. അവളുടെ ചെവിയിൽ പുലർച്ചെ കേട്ട മാനസയുടെയും പപ്പയുടെയും ശബ്ദം അലയടിച്ചു.

'വേണ്ട സർ. ഇപ്പോ വേണ്ട. കുറച്ചുകൂടി കഴിയട്ടെ. അവൾക്കെന്നെ അംഗീകരിക്കാൻ കഴിയുമെന്ന് തോന്നുന്നതുവരെ ഇതുപോലെ പോകാം നമുക്ക്.'

'അവളിപ്പോൾ ഒരു യുവതിയാണ്. അതുകൊണ്ടു തന്നെ പക്വതയോടെ കാര്യങ്ങൾ മനസ്സിലാക്കാൻ അവൾക്കു സാധിക്കും.'

പപ്പയുടെ സംസാരം കേട്ടുകൊണ്ടാണ് ബാഗെടുക്കാൻ പപ്പയുടെ മുറിയിലേക്കു ചെന്നത് താൻ. പുലർച്ചെ നാലുമണിക്ക് പപ്പയുടെ മുറിയിൽ ഹോംനേഴ്സിനെ കണ്ട മകളുടെ മുഖമായിരുന്നില്ല തനിക്കപ്പോൾ.

ഒന്നും മനസ്സിലാകാത്ത ഒരു വിഡ്ഢിയെപ്പോലെ.

'പപ്പാ വണ്ടിയെത്തി. വേഗം വായോ' എന്നും പറഞ്ഞ് ഗേറ്റിലേക്കോടിയതും അതുകൊണ്ടുതന്നെയായിരുന്നു.

'കേട്ടിടത്തോളം കാര്യങ്ങൾ കൈവിട്ടുപോയിരിക്കുന്നു. ഇനിയെങ്കിലും നാം പ്രതികരിച്ചേ പറ്റൂ. നീ സംഭവം കൊണ്ടുവന്നിട്ടുണ്ടോ സാന്ദ്രാ?'

ലെനയുടെ ചോദ്യത്തിന് മറുപടിയായി സസാന്ദ്ര പതുക്കെ ചുരുട്ടിപ്പിടിച്ച ഇടംകൈ നിവർത്തി. മെമ്മറികാർഡ് കണ്ട ലെനയുടെയും ദീപ്തിയുടെയും മുഖങ്ങളിലെ പുഞ്ചിരി സാന്ദ്ര കനൽത്തിളക്കമുള്ള മുഖത്തോടെ ആസ്വദിച്ചു.

ലഹരിയിലെന്നപോലെ അവൾ മന്ത്രിച്ചു.

'മരിക്കുംവരെ സാന്ദ്രാവർഗീസിന് ഒരു മമ്മി മതി. അതേ പാടുള്ളൂ.'

അവളുടെ കൈകളിൽ പിടിച്ചു ദീപ്തി പറഞ്ഞു.

'ഈയൊരു രാത്രി മതി നമുക്ക്. നാളെ രാവിലെ ഒന്നുകിൽ അവൾ നിന്റെ വീടു വിട്ടുപോകും. അല്ലെങ്കിൽ അപമാനഭാരത്താൽ ആത്മഹത്യ ചെയ്യും. ഇത് ഞാൻ കൈമാറാൻ പോകുന്നത് റോഷന്റെ കൈകളിലേക്കാണ്. അറിയാലോ അവന്റെ സ്വഭാവം. മിക്കവാറും ഇനിയവൾ ജീവിച്ചിട്ടും ഒരു കാര്യവും ഉണ്ടാവാൻ പോണില്ല.'

ഇനിയൊരു ചലനം അതോടെ തീരും എല്ലാം.

കണ്ണീരുണങ്ങിപ്പിടിച്ച സാന്ദ്രയുടെ കവിൾത്തടങ്ങളിലൂടെ ചെവിയിലേക്ക് വന്യമായ ശബ്ദത്തോടെ മരവിപ്പിക്കുന്ന തണുപ്പോടെ കാറ്റ് ആഞ്ഞടിച്ചു.

ഒരു പാദത്തിനപ്പുറം അറ്റമില്ലാത്ത ശൂന്യത അവളെ സ്വീകരിക്കാൻ മരണത്തിന്റെ മാസ്മരിക ഗന്ധവുമായി കാത്തുകിടന്നു.

അകാലത്തിൽ പൊലിഞ്ഞുപോയ ആയിരക്കണക്കിന് ആത്മാക്കൾ അവൾക്കായി കാത്തിരിക്കുന്നതിന്റെ ഭ്രമിപ്പിക്കുന്ന ആകർഷണം അവൾക്കുമാത്രം അറിയാൻ കഴിയുന്നുണ്ടായിരുന്നു.

അവസാനമായി കൈകളിലെ ഡയറി അവൾ ഒന്നുകൂടെ മുറുക്കെ നെഞ്ചോടു ചേർത്തു. മുന്നോട്ടായും മുമ്പ് ശൂന്യതയിലേക്ക് നോക്കി അവൾ അലറിക്കരഞ്ഞു.

'സോറി പപ്പാ.'

താഴ്വരയിൽനിന്നും പെറുക്കിക്കൂട്ടിയ സാന്ദ്രയുടെ ശരീരാവശിഷ്ടങ്ങൾ ആംബുലൻസിലേക്കു കയറ്റുന്നതും നോക്കി ഹൃദയം നുറുങ്ങുന്ന വേദനയോടെ കേണൽ തളർന്നിരുന്നു. ഒറ്റദിവസം കൊണ്ട് സകലഗാംഭീര്യവും നഷ്ടപ്പെട്ട ഒരു വയസ്സനായിത്തീർന്നിരുന്നു അയാൾ. സാന്ദ്രയുടെ ശവത്തിനരികിൽനിന്നും കിട്ടി പോലീസുകാർ ഏൽപ്പിച്ച ഡയറിയിലെ തന്റെ വാക്കുകൾ വീണ്ടും അയാൾ വായിച്ചു.

'മോളൂ'

'പപ്പയ്ക്ക് നിന്നോടൊരു കാര്യം പറയാനുണ്ട്. മുഖത്തുനോക്കി പറയുമ്പോൾ മോളുടെ മുഖത്തുണ്ടാവുന്ന ഭാവവ്യത്യാസം ചിലപ്പോൾ

പപ്പയ്ക്ക് സഹിക്കാൻ കഴിഞ്ഞെന്നു വരില്ല. അതുകൊണ്ടാണ് ഈ ഡയറി പപ്പ നിന്റെ ബാഗിൽ വെക്കുന്നത്.

നിന്റെ മമ്മി പ്രസവത്തോടെയാണ് മരിച്ചത് എന്നാണ് ഞാൻ നിന്നോട് പറഞ്ഞിരുന്നത്. പക്ഷെ അതല്ല സത്യം അവൾ പോയി അഞ്ചുവർഷം കഴിഞ്ഞ് എന്റെ ജീവിതത്തിലേക്ക് ആകസ്മികമായി കടന്നുവന്നവൾ ആണു നീ. എന്റെ ജോലിത്തിരക്കും കർക്കശസ്വഭാവവും അന്ന് ഗർഭിണിയായിരുന്ന അവളെ, മെന്റൽ ഡിപ്രഷനിലേക്ക് നയിച്ച വിവരം ഇടയ്ക്കിടെ സ്ഥലകാലം മറന്നുള്ള അവളുടെ ഇറങ്ങിപ്പോക്ക് കണ്ടതോടെയാണ് ഡോക്ടർ തനിക്ക് വിശദീകരിച്ചുതന്നത്.

എത്രയൊക്കെ കാത്തുവെച്ചിട്ടും വീണ്ടും അവളെ കാണാതായിക്കൊണ്ടിരുന്നു. അവസാനത്തെ പോക്കിനുശേഷം അവളെ കണ്ടുകിട്ടിയില്ല. അവൾക്കായുള്ള അന്വേഷണത്തിനിടയിൽ എന്റെ കൈകളിൽ വന്നുചേർന്ന അനാഥകുഞ്ഞാണ് നീ.

പിന്നീടെന്റെ ലോകം നീ മാത്രമായി. എങ്കിലും അന്വേഷണം നിർത്തിയിരുന്നില്ല ഞാൻ.

ഒന്നരവർഷംമുമ്പാണ് മാനസ എന്റെ മോളാണെന്ന സത്യം ഞാനറിഞ്ഞത്. വർഷങ്ങൾക്ക്മുമ്പേ തീവ്രവാദികളാൽ തട്ടിക്കൊണ്ടു പോകപ്പെട്ട എന്റെ റേച്ചൽ പ്രസവിച്ച എന്റെ മോളാണവളെന്ന് എല്ലാ തെളിവുകളുമടക്കം ഞാൻ തിരിച്ചറിഞ്ഞു.

അമ്മയുടെ മരണശേഷം എല്ലാമറിയുന്ന ഒരു ഫക്കീർ ആണ് അവളെ വളർത്തിയത്.

അന്നുതന്നെ എല്ലാം നിന്നോട് പറയാൻ തീരുമാനിച്ചതാണ് ഞാൻ. പക്ഷെ, നിന്റെ മനസ്സിന് ഷോക്കാവുന്ന രീതിയിൽ ഒന്നും ചെയ്യരുതെന്ന മാനസയുടെ അപേക്ഷയാണ് അവളെ ഹോംനേഴ്സ് ആക്കി നിന്നെ ശുശ്രൂഷിക്കാൻ കൊണ്ടുവരാൻ നിർബന്ധിതനാക്കിയത് എന്നെ.

ഇനിയെങ്കിലും എന്റെ മോള് സത്യമറിയണം എന്നു തോന്നി എനിക്ക്. കാരണം ചില സമയത്ത് നിന്റെ കണ്ണുകളിൽ കാണുന്ന കനലുകൾ എന്നെ ഭയപ്പെടുത്തുന്നു. പപ്പയ്ക്ക് അന്നും ഇന്നും പ്രിയപ്പെട്ട മകൾ നീ തന്നെയാണ്. പക്ഷെ മാനസയെ ഉപേക്ഷിക്കാൻ പപ്പയ്ക്ക് കഴിയില്ല മോളെ. നിനക്കു സമ്മതമാണെങ്കിൽ മാത്രം നിന്റെ ചേച്ചിയായി നമ്മുടെ ബംഗ്ലാവിൽ അവളും ഉണ്ടാവും. ഇല്ലെങ്കിൽ അവൾ തിരിച്ചുപോകാൻ തയ്യാറായിരിക്കുകയാണ്.

ഒരു നല്ല മറുപടിയുമായി വരുന്ന മോളേയും കാത്തുകൊണ്ട് മോളുടെ പപ്പ.

കേണലിന്റെ മടിയിൽ ഇരുന്ന് കണ്ണീരിൽ കുതിർന്ന ആ പേജ്

തണുത്ത കാറ്റിൽ വിറകൊണ്ടു. അവസാനമായി അതിനടിയിൽ സാന്ദ്ര യെഴുതിയ വരികൾ ആയിരം അർത്ഥങ്ങൾ ഉള്ളിൽ ഒളിപ്പിച്ചുകൊണ്ട് അയാളെ നോക്കി പുഞ്ചിരിച്ചു.

'സോറി പപ്പാ...'

ഈ സമയം കാതങ്ങൾക്കുമപ്പുറം തന്റെ കുളിമുറിയിൽ ബക്കറ്റിലെ വെള്ളത്തിൽ ഞരമ്പിലുള്ള അവസാനതുള്ളി രക്തവും ഒഴുക്കികളഞ്ഞു കൊണ്ട് തകർന്ന മൊബൈലിന്റെ അവശിഷ്ടങ്ങൾക്കിടയിൽ മാനസ സുഖനിദ്രയിൽ എന്നപോലെ മയങ്ങിക്കിടന്നു.

അമ്മ

വീണ്ടും ഫോൺ റിംഗ് ചെയ്തു. അമ്മയാണ്.

ഇതിപ്പോ മൂന്നാമത്തെ തവണയാണ് ഇന്ന് വിളിക്കുന്നത്.

പേന മേശപ്പുറത്തിട്ട് ഞാൻ ഫോണെടുത്തു.

' അമ്മേ വൈകുന്നേരം വിളിക്കാം ഇനി ഞാൻ.'

എനിക്കാകെ അസ്വസ്ഥത ആവുന്നുണ്ടായിരുന്നു.

'വയ്ക്കല്ലേ മോളേ...അച്ഛൻ പറഞ്ഞിട്ടാ പിന്നേം വിളിച്ചത്. അച്ഛൻ പറഞ്ഞു, സാരോല്ല. അടുത്ത വർഷം പോകാമെന്ന്. മോള് അതാലോചിച്ച് വിഷമിക്കുന്നുണ്ടാവുമെന്ന് പറഞ്ഞ് ഒരേ നിർബന്ധം. അതാ വിളിച്ചതിപ്പോൾത്തന്നെ.'

പെട്ടെന്ന് എനിക്കൊന്നും പറയാൻ കിട്ടിയില്ല.

'ശരിയമ്മാ. ഞാൻ വിളിക്കാം.' പറഞ്ഞുകൊണ്ട് ഫോൺ കട്ടാക്കി.

മനസ്സാകെ അസ്വസ്ഥമാണ് ഇന്നലെ അമ്മയുടെ വിളി വന്നതിനു ശേഷം.

കഴിഞ്ഞവർഷം അച്ഛന് അറ്റാക്ക് വന്നപ്പോൾ ഐ.സിയുവിന് പുറത്തുവച്ച് അമ്മ നേർന്നതാണ്. അറുപതാം പിറന്നാളിന് ഗുരുവായൂരിൽ തുലാഭാരം.

പിറന്നാള് കഴിഞ്ഞപ്പോഴാണ് അച്ഛൻ ഡിസ്ചാർജ്ജ് ആയത്. എങ്കിലും എത്രയും പെട്ടെന്ന് പോകണം എന്നു പറഞ്ഞു.

ഒരു വർഷം കഴിഞ്ഞു. ഈ പിറന്നാളിനെങ്കിലും പോകണമെന്നാണ് രണ്ടുപേരുടെയും ആഗ്രഹം. നാട്ടിലെ അമ്പലക്കമ്മിറ്റി സംഘടിപ്പിച്ച തീർത്ഥയാത്രയിൽ പേര് രജിസ്റ്റർ ചെയ്തോട്ടെന്ന് ചോദിക്കാനാണ് അമ്മ വിളിച്ചത്.

എങ്ങനെപോയാലും പതിനായിരം രൂപയെങ്കിലും വേണം.

ഒരാഴ്ചത്തെ പരിപാടിയാണ്. ഞാനാണെങ്കിൽ ഈ മാസത്തെ ശമ്പളം കിട്ടിയിട്ട് വീടുപണിക്ക് ബാക്കിയുള്ള സിമന്റിറക്കാൻ തീരുമാനിച്ചിരിക്കുകയായിരുന്നു. ഏട്ടനെകൊണ്ടുമാത്രം ഒറ്റയ്ക്ക് കൂട്ടിയാൽ കൂടില്ല. ഈ വർഷമെങ്കിലും പാലുകാച്ചു നടത്തണം എന്ന് ആശിച്ചിരിക്കുകയാണ് ഞങ്ങൾ.

അതുകൊണ്ടാണ് അമ്മയോടതു സൂചിപ്പിച്ചത്. അപ്പോൾ അമ്മത

ന്നെയാണ് എങ്കിൽ അടുത്തവർഷം ആവാം എന്ന് ആശ്വസിപ്പിച്ചത്. എങ്കിലും മനസ്സിൽ ഒരു വിഷമം. സാരമില്ല, അച്ഛനുമമ്മയുമല്ലേ. അവർക്കു മനസ്സിലായില്ലെങ്കിൽ വേറാർക്കു മനസ്സിലാവും എന്നെ. എങ്കിലും ഒരു വിങ്ങൽ ഉള്ളിൽ ബാക്കി കിടക്കുന്നു.

ആകെയൊരു ഉന്മേഷമില്ല. അതുകൊണ്ടു നേരത്തെ കിടന്നു.

മോൻ എന്തൊക്കെയോ ചോദിക്കുന്നുണ്ട്. അവനിന്ന് പതിവില്ലാത്ത സന്തോഷവും. അതല്ലേലും അങ്ങനെയാണല്ലോ. അവനെന്തറിയാം എന്റെ മനസ്സിലെ അസ്വസ്ഥത.

ഏട്ടനെ വിളിച്ചുപറഞ്ഞാലോ എന്നാലോചിച്ചു.

പിന്നെ തോന്നി, വേണ്ട. കാരണം ഏട്ടൻ എതിരു പറയും. തൽക്കാലം അമ്മയുമച്ഛനും പോയി വരട്ടെ എന്നേ പറയൂ. സാരോല്ല. ഇനിയും ഇങ്ങനെ നീട്ടിക്കൊണ്ടുപോയാൽ വീടുപണി ഇക്കൊല്ലവും തീരില്ല. അമ്പലത്തിൽ അടുത്തവർഷം ആയാലും പോകാം. ദൈവം എന്നും അവിടുണ്ടല്ലോ.

ഓരോന്നാലോചിച്ചുകിടന്നു എപ്പോഴോ ഉറങ്ങി.

മോന്റെ വിളി കേട്ടാണ് കണ്ണുതുറന്നത്. നല്ല ഇരുട്ടാണ്.

ചാടിയെണീറ്റു. ഈശ്വരാ അവൻ ഉറക്കത്തിൽ എണീറ്റ് നടക്കുന്ന ശീലമുണ്ട്. അതുകൊണ്ടുതന്നെ ബോധം കെട്ടുറങ്ങുന്ന ശീലമൊക്കെ മാറിയതാണ്.

ഇരുട്ടിൽ സ്വിച്ചിടനടുത്തേക്ക് ഓടുംമുന്നേ ഉച്ചത്തിൽ വിളിച്ചു.

'മോനേ എവിടെയാണ് നീ?'

പെട്ടെന്ന് വെളിച്ചം വന്നു. നോക്കിയപ്പോൾ മോനു ലൈറ്റ് ഇട്ടതാണ്. ആശ്വാസമായി. കുഴപ്പമൊന്നുമില്ലവന്. പിന്നെ ദേഷ്യമാണ് വന്നത്. വെറുതെ പാതിരക്ക് മനുഷ്യനെ പേടിപ്പിക്കാൻ.

ഒന്ന് വഴക്കുപറയാൻ എണീറ്റതാണ്.

പെട്ടെന്നാണ് അവനൊരു പുഞ്ചിരിയോടെ മുന്നിലേക്ക് വന്നത്.

കയ്യിലെന്തോ ഒളിച്ചുപിടിച്ചിട്ടുണ്ട്, പുറകിൽ.

അടുത്തുവന്ന് കൈകൾ ഉയർത്തി കയ്യിലുള്ള പാക്കറ്റ് എനിക്കു നീട്ടി. അവൻ പറഞ്ഞു, 'ഹാപ്പി ബർത്ത്ഡേ അമ്മാ.'

ഒരുനിമിഷം കണ്ണൊന്നു പൊടിഞ്ഞു. എനിക്കോർമ്മ വന്നു.

ശരിയാണ് നാളെയാണെന്റെ പിറന്നാൾ. ഈയിടെയായി അതൊന്നും ഓർക്കാറേയില്ല. ഏട്ടന് ലീവുള്ളപ്പോ മാത്രമാണ് ആഘോഷമൊക്കെ. അല്ലെങ്കിൽ അമ്മ വിളിക്കും. അത്രതന്നെ.

ഞാൻ ഉറക്കച്ചടവിൽ ആലോചിച്ചുനിൽക്കേ അവൻ പാക്കറ്റ് എന്റെ കയ്യിൽ വച്ച് കെട്ടിപ്പിടിച്ച് കവിളിൽ ഉമ്മവച്ച് എന്നിട്ട് പറഞ്ഞു.

'അമ്മാ കവർ ഓപ്പൺ ചെയ്യൂ.'

ഞാനത് തുറന്നുനോക്കി. പിങ്ക്നിറത്തിൽ നല്ല ഒരു ചുരിദാറാണ്. നല്ലവിലയുണ്ടെന്ന് കണ്ടാൽതന്നെ അറിയാം.'

'ഹൗ ഈസ് ഇറ്റ് അമ്മാ?'

ഞാൻ അവനെ നോക്കി. എന്തോ സ്വർഗം കിട്ടിയ സന്തോഷമാണ് അവന്റെ കണ്ണുകളിൽ.

ഞാൻ മെല്ലെ ചോദിച്ചു, 'മോന് കാശെവിടുന്നു കിട്ടി?'

കാരണം ഞാൻ അവന് പണം കൊടുക്കാറില്ല.

'അമ്മാ അതെനിക്ക് നാട്ടിൽ പോയപ്പോൾ മേമയും അമ്മമ്മയും തന്ന പോക്കറ്റ് മണി ആണ്. അത് ഞാൻ സൂക്ഷിച്ചുവച്ചതാണ് അമ്മയ്ക്ക് ഗിഫ്റ്റ് വാങ്ങാൻ.'

എനിക്ക് കുറച്ചുനേരത്തേക്ക് പിന്നൊന്നും പറയാൻ കഴിഞ്ഞില്ല. സന്തോഷം കൂടിയിട്ടാവാം എന്റെ തൊണ്ടയിൽ ഒരു വിങ്ങൽ വന്നമർന്നു.

കണ്ണിൽ പൊടിഞ്ഞ നീർ തുടച്ച് ഇടറിയ ശബ്ദത്തിൽ ഞാൻ പറഞ്ഞു. 'വേണ്ടായിരുന്നു മോനൂ, നിനക്ക് എന്തെങ്കിലും വാങ്ങാനല്ലേ അവരീ കാശു തന്നത്.'

അവനെന്റെ രണ്ടു കവിളിലും കൈചേർത്ത് പറഞ്ഞു.

'എനിക്ക് അമ്മയുടെ ചിരി വാങ്ങാനാണ് ഏറ്റവും ഇഷ്ടം. ഇറ്റസ് മൈ റൈറ്റ്. അതിനാണ് ഞാൻ ഉറങ്ങാതെ പന്ത്രണ്ടുമണിയാവാൻ കാത്തിരുന്നത്.'

എന്റെ നെഞ്ചിലെ സന്തോഷത്തിന്റെ വിങ്ങൽ കണ്ണിലൂടെ പ്രവഹിക്കുന്നത് അവൻ കാണാതിരിക്കാൻ ഞാനവനെ എന്റെ നെഞ്ചിൽ ചേർത്ത് മുറുക്കെ പുണർന്നു. സന്തോഷംകൊണ്ട് എന്റെ ഹൃദയം തുളുമ്പുന്നുണ്ടായിരുന്നു.

വെറും ഒൻപതുവയസ്സാണവന്. ഇത്രയും ചിന്തിക്കാൻ അവൻ വളർന്നിരിക്കുന്നു.

'അമ്മയ്ക്ക് സന്തോഷമായി മുത്തേ.'

ഞാനവന്റെ ചെവിയിൽ പറഞ്ഞു.

അപ്പോൾ അവന്റെ മുഖവും സന്തോഷംകൊണ്ട് തുടുത്തിരുന്നു.

ഒറ്റ റിങ്ങിൽത്തന്നെ അമ്മ ഫോണെടുത്തു.

'എന്താ മോളേ ഈ നരേത്ത്?'

ഇടറിയ ശബ്ദത്തിൽ ഞാൻ പറഞ്ഞു.

'അമ്മാ രാവിലെ പത്തുമണിക്ക് പോയി കാശെടുത്ത് നേരെ അമ്പലത്തിൽ പോയി പേര് രജിസ്റ്റർ ചെയ്തോളൂ. ഞാൻ കാശിട്ട ഉടനെ വിളിക്കാം.'

അമ്മ എന്നോടോ ഞാൻ അമ്മയോടോ ഒന്നും സംസാരിച്ചില്ല പിന്നെ.

അമ്മയുടെ നെടുവീർപ്പിനിടെ ഞാൻ ഫോൺ വച്ചു.

കാരണം കണ്ണീരിനിടയിൽ എനിക്ക് മനക്കണ്ണിൽ കാണാമായിരുന്നു ആഹ്ലാദത്തിന്റെ വിങ്ങലിൽ കണ്ണിൽ തുളുമ്പിയ നീര് തുടച്ചുകളഞ്ഞ് സന്തോഷം തുളുമ്പുന്ന ആ മുഖം.

കുറച്ചുമുമ്പേ ഞാനായിരുന്നു അത്.

'മാതാപിതാക്കളുടെ സന്തോഷത്തിന് നമ്മൾ കാരണമാവുന്നതിനേക്കൾ വലുതല്ല ഏതു സ്വർഗ്ഗവും.'

മകൾക്കായ്

'കഴിഞ്ഞ മൂന്നുദിവസം നീയെവിടെയായിരുന്നു ഋതു?'

ഉറക്കച്ചടവുള്ള മുഖവും, വാരിച്ചുറ്റി അലസമായി റബ്ബർബാൻഡിട്ട മുടിയുമായി മുന്നിൽ വന്നുനിൽക്കുന്ന മകളുടെ നേരെ വസുധ പൊട്ടിത്തെറിച്ചു.

കഷ്ടിച്ച് മുട്ടൊപ്പം ഇറക്കമുള്ള ട്രൗസറും സ്ലീവ്‌ലെസ് ലൂസ് ബനിയനുമാണ് അവളുടെ വേഷം. ബ്രായുടെ വള്ളി പുറത്തുകാണാം.

കയ്യൊന്നുയർത്തിയാൽ പൊക്കിൾ കാണാവുന്ന ഇറക്കമേയുള്ളു ബനിയന്. അവളുടെ ശരീരത്തിന്റെ കൊഴുപ്പും മുഴുപ്പും ഇത്തിരിയില്ലാത്ത ആ വസ്ത്രങ്ങൾക്കടിയിൽ ഒതുങ്ങാതെ പുറത്തേക്ക് തുളുമ്പിനിന്നിരുന്നു.

വസുധയ്ക്ക് കാലിനടിയിൽനിന്നും തലച്ചോറുവരെ കോപം ഇരച്ചു കയറുന്നുണ്ടായിരുന്നു.

'നിന്നോടല്ലേ ഞാൻ ചോദിച്ചത്? എവിടെയായിരുന്നു നീ? ഒരു വഴിക്കു പോകുമ്പോൾ വീട്ടിൽ ഒരു വാക്ക് പറയേണ്ട മാന്യത ഒരു പെൺകുട്ടിയായ നിനക്കില്ലേ? ഇതാണോ നിന്റെ ഡാഡി പഠിപ്പിച്ചത്?'

ഋതു പതുക്കെ മുഖമുയർത്തി മമ്മിയെ നോക്കി. അവളുടെ മുഖത്ത് പുച്ഛം പ്രകടമായി. കറുപ്പിൽ വരയുള്ള കോട്ടൺസാരിയും കറുത്ത മുട്ടറ്റം കയ്യുള്ള കോളർ ബ്ലൗസും ധരിച്ചുനിൽക്കുന്ന അവരുടെ വെളുത്തുതുടുത്ത മുഖം ഒന്നുകൂടി തുടുത്തിരുന്നു. കറുത്ത ഫ്രെയിമുള്ള വട്ടകണ്ണടയ്ക്കുള്ളിലെ വലിയ കണ്ണുകളിൽ തെളിഞ്ഞുനിൽക്കുന്ന കോപത്തെ അവൾ പൂർണ്ണമായും അവഗണിച്ചുകളഞ്ഞു.

'വൈ ആർ യു മേക്കിംഗ് നോയ്സ്? ഞാൻ നിതിനുമൊത്ത് ഡേറ്റിനു പോയിരുന്നു. വരാൻ രണ്ടുദിവസം കഴിയുമെന്ന് ഞാൻ മമ്മിയുടെ സെർവന്റിനോട് പറഞ്ഞതാണല്ലോ.'

വസുധയ്ക്ക് തലയിൽ ആരോ കൂടംവച്ചടിച്ചതുപോലെ തോന്നി. പതിനേഴു വയസ്സുള്ള ഒരു പെൺകുട്ടിയാണ് തന്റെ മകൾ. ഇത്രയും അധപതിക്കുവാൻ അവൾക്കെങ്ങനെ കഴിയുന്നു? തന്നെ തീർത്തും അവഗണിച്ചുകൊണ്ട് അകത്തേക്കു കയറാൻ ശ്രമിക്കുന്ന മകൾക്കു നേരെ തിരിഞ്ഞവൾ.

'ഇതൊന്നും ഇവിടെ നടക്കില്ല. ഡോക്ടർ വസുധയുടെ വീടാണിത്. അയാൾ നിന്നെ അഴിച്ചുവിട്ടാണ് വളർത്തിയതെന്ന് ഞാനൂഹിച്ചിരുന്നു. പക്ഷെ, ഇത് ഛീ...'

കഠിനമായ വെറുപ്പിൽ വസുധയുടെ മുഖം ചുളിഞ്ഞു. വാതിൽക്കൽ വന്നുനിന്ന കല്യാണിയെ കണ്ടവൾ പറയാൻ വന്നത് പാതിയിൽ നിർത്തി.

'സീ മമ്മീ വെറും ഒരു വർഷം മാത്രമാണ് കോടതി എന്നെ നിങ്ങൾക്കു തന്നിരിക്കുന്നത്. പതിനെട്ടു തികഞ്ഞാൽ എനിക്ക് തീരുമാനിക്കാം ഡാഡിയുടെ കൂടെയാണോ അതോ മമ്മിയുടെ കൂടെയാണോ കാമുകന്മാരിൽ ആരുടെയെങ്കിലും കൂടെയാണോ പോകേണ്ടതെന്ന്.'

ഋതു മമ്മിയുടെ മുന്നിലേക്ക് കുറച്ചുകൂടി നീങ്ങിനിന്നു. വെളുത്തു വടിവൊത്ത, ഉയരമുള്ള ശരീരപ്രകൃതിയായ അമ്മയ്ക്കു മുന്നിൽ അമ്മയോളം വളർന്ന മകൾ തലയുയർത്തിപ്പിടിച്ചുനിന്നുകൊണ്ട് അടക്കിയ ശബ്ദത്തിൽ പറഞ്ഞു.

'സോ പ്ലീസ്.'

വെട്ടിത്തിരിഞ്ഞുകൊണ്ട് മുകളിലേക്ക് നടക്കുന്നതിനിടയിൽ അവൾ കയ്യിലുള്ള മുഷിഞ്ഞ ബാഗ് കല്യാണിയുടെ നേർക്ക് വലിച്ചെറിഞ്ഞു കൊടുത്തു.

മകളുടെ അവസാനവരികൾ ദഹിക്കാത്ത ഭക്ഷണംപോലെ വസുധയുടെ ആത്മാവിൽ പുളിച്ചുതികട്ടി.

'യേസ്...ഡോക്ടർ ഋഷി സ്പീക്കിംഗ്.'

'എന്റെ മോളുടെ ജീവിതം വെച്ചാണ് നിങ്ങളെന്നോട് പ്രതികാരം ചെയ്തത് അല്ലേ?'

ഫോണിലൂടെ വന്ന വിങ്ങുന്ന സ്ത്രീശബ്ദം കേട്ട് ഋഷി പൊട്ടിച്ചിരിച്ചു.

'ഇതിലെന്താണ് വസുധാ പ്രതികാരം? നിനക്കോർമ്മയില്ലേ നമ്മളെന്തിനാണ് പിരിഞ്ഞതെന്ന്. നിനക്ക് സ്വാതന്ത്ര്യം വേണമായിരുന്നു. മരുമകളുടെ, ഭാര്യയുടെ, അമ്മയുടെ കടമകൾ വലിച്ചെറിഞ്ഞുകൊണ്ട് നീയിറങ്ങിപ്പോയി. നിന്റെ മകളാണവൾ. അവൾക്കും വേണ്ടേ സ്വാതന്ത്ര്യം? ഒൻപതുവർഷങ്ങളുടെ അജ്ഞാതവാസത്തിനുശേഷം മകളിൽ അവകാശമുന്നയിച്ചുകൊണ്ട് നീ വന്നു. വീണ്ടും നീ ജയിച്ചു. ഇനിയുള്ള ഒരു വർഷം അവൾ നിനക്ക് സ്വന്തമായി. നിന്റെ തനിപ്പകർപ്പാണവൾ. രൂപം കൊണ്ടു മാത്രമല്ല, വാശിയിലും. അത് നിനക്ക് മനസ്സിലാവാൻ പോകുന്നേയുള്ളു. അവളെയൊന്ന് ഉപദേശിക്കാൻ വേണ്ടിയാണെങ്കിലും നാമവൾക്ക് മാതൃകയാവണം എന്നാണ് എന്റെ ആഗ്രഹം. വാശിയും പ്രതികാരബുദ്ധിയും മാറ്റിവച്ച് ഒരമ്മയായി ചിന്തിക്കൂ നീ.'

അവസാനത്തെ വരികളെത്തിയപ്പോൾ അയാളുടെ സ്വരം നേർത്തിരുന്നു.

ഫോൺ ബെഡിലേക്ക് വലിച്ചെറിഞ്ഞുകൊണ്ട് വസുധ ബാൽക്കണിയിലേക്കിറങ്ങിനിന്നു. മഞ്ഞു നീങ്ങിത്തുടങ്ങുന്നതേയുള്ളു. താഴെ അവ്യക്തമായ രൂപങ്ങൾ തെളിഞ്ഞുതുടങ്ങിയിരിക്കുന്നു. ആത്മസംഘർഷത്തിന്റെ അലയാഴികൾ അവളുടെ മുഖത്ത് തെളിഞ്ഞുനിന്നു.

കഴിഞ്ഞ കാലത്തെ കുറിച്ച് ചിന്തിക്കുമ്പോളൊക്കെ അവളുടെ ഉള്ളിൽ ഒരു പാമ്പിഴഞ്ഞു. അതിന്റെ വഴുവഴുത്ത അറപ്പുളവാക്കുന്ന ശല്കങ്ങൾ മനസ്സിൽ ഇപ്പോഴും പുളയുന്നുണ്ടെന്ന് ഭയത്തോടെയവൾ തിരിച്ചറിഞ്ഞു.

വരാന്തയുടെ അറ്റത്തായുള്ള വലിയ ചൂരൽകസേരയിലേക്ക് ചാഞ്ഞവർ കണ്ണുകളടച്ചു. കാപ്പിയുമായി വന്ന വേലക്കാരി അവളെ വിളിക്കുവാൻ മടിച്ച് അവിടെത്തന്നെ നിന്നു.

സമയം പാതിരയോടടുത്തിരുന്നു.

പുറത്തെ ഇരുട്ടിലേക്ക് നോക്കി വസുധ തനിച്ചിരുന്നു. ഋതു ഇനിയുമെത്തിയിട്ടില്ല. വന്നതിന്റെ പിറ്റേന്നുമുതൽ ഇതാണ് പതിവ്. രാവിലെ ഇറങ്ങിപ്പോകും. രാത്രികളിൽ ഓരോ ദിവസവും ഓരോരുത്തരാണ് അവളെ ഡ്രോപ്പ് ചെയ്തിരുന്നത്.

ഉപദേശത്തിനോ വഴക്കിനോ അവൾ മുഖം തരില്ല. തീർത്തും പുച്ഛമാണ് മമ്മിയോടവൾക്ക്. കഴിഞ്ഞ കുറേദിവസങ്ങൾകൊണ്ട് വസുധ തികച്ചും തളർന്നിരുന്നു.

മടിയിലിരുന്ന് റിങ്ങ് ചെയ്ത മൊബൈൽ യാന്ത്രികമായി വസുധ ചെവിയോട് ചേർത്തുപിടിച്ചു.

'ഡോക്ടർ വസുധമാം അല്ലേ?'

'അതെ. പറയൂ.'

'ഇത് കേരള ന്യൂസ് റിപ്പോർട്ടർ നയനയാണ് സംസാരിക്കുന്നത്. ഹോട്ടൽ സരോവരത്തിൽ ഇന്ന് നടന്ന റെയിഡിൽ നാലു പുരുഷന്മാരോടൊപ്പം മാമിന്റെ മകളെയും അറസ്റ്റു ചെയ്തിട്ടുണ്ട്. അനാശാസ്യം മാത്രമല്ല, ബ്ലൂഫിലിം നിർമ്മാണം കൂടി ഉണ്ടെന്നാണ് വിശ്വസനീയമായ കേന്ദ്രത്തിൽനിന്നും കിട്ടിയ വാർത്ത.'

വസുധയുടെ കയ്യിൽനിന്നും ഫോൺ താഴെക്കൂർന്നുപോയി.

നടുങ്ങിയെണീറ്റ അവൾക്ക് മുന്നോട്ടേക്ക് നടക്കാൻ കഴിയുന്നുണ്ടായിരുന്നില്ല. തൊട്ടുമുന്നിൽ അഗാധമായൊരു ഗർത്തം രൂപപ്പെട്ടുവരുന്നത് അവളറിഞ്ഞു. ഇത്രയും നാൾ താൻ പടുത്തുയർത്തിയ സൽപ്പേര്, ഹോസ്പിറ്റൽ, രോഗികൾ, തനിച്ചുജീവിക്കാൻ തുടങ്ങിയപ്പോൾ കുറ്റ

പ്പെടുത്തിയ ബന്ധുക്കൾ, ഓരോരുത്തരും മാറിമാറി അവളുടെ മുന്നിൽ വന്നുനിന്ന് പല്ലിളിച്ചു. മുന്നോട്ടു നടക്കാനാഞ്ഞ കാലുകൾ തളർന്ന് അവളവിടെ കുഴഞ്ഞുവീണു.

പട്ടുപാവാടയും ബ്ലൗസുമണിഞ്ഞ സുന്ദരിയായ ഋതു നെറ്റിയിൽ തലോടുന്നത് സ്വപ്നം കണ്ടുകൊണ്ടാണ് വസുധ ഉണർന്നത്. കണ്ണുകൾ തുറന്നിട്ടും ആ സ്വപ്നം മാഞ്ഞുപോകുന്നില്ലെന്ന് അമ്പരപ്പോടെ അവൾ തിരിച്ചറിഞ്ഞു. ഉണർവ്വിനും ഉറക്കത്തിനുമിടയിലുള്ള ഏതോ ലോകത്ത് ഋതു അവളെ നോക്കി പുഞ്ചിരിച്ചു. കവിളിൽ മുഖം ചേർത്ത് ചുംബിച്ചുകൊണ്ട് മന്ത്രിച്ചു.

'സോറി മമ്മീ. എന്നെ ഇത്രയും കാലം മറന്നുകളഞ്ഞതിനും ഡാഡിയെ തനിച്ചാക്കിയതിനും ഒന്നു പേടിപ്പിക്കണം എന്നേ കരുതിയുള്ളു. എന്നെ നേർവഴിക്ക് നടത്താനെങ്കിലും ഡാഡിയുടെ കൂടെ മമ്മിയും ചേരുമെന്നു കരുതി. റിയലി സോറി. ഞാൻ തന്നെയായിരുന്നു ഫോൺ ചെയ്തത്.'

വസുധയുടെ കണ്ണുകൾ നിറഞ്ഞൊഴുകി. അവൾ സ്നേഹത്തോടെ അതിലേറെ ആശ്വാസത്തോടെ മകളെ ചേർത്തുപിടിച്ചു.

'നോക്കൂ മമ്മീ...ഡാഡിയുണ്ട് പുറത്ത്.'

ഋതു അവളെ പതുക്കെ ഉയർത്തി തലയിണയിൽ ചാരിയിരുത്തി.

റൂമിന്റെ പുറത്ത് അക്ഷമനായിരിക്കുന്ന ഋഷിയെ ഗ്ലാസിലൂടെ വസുധയ്ക്ക് കാണാമായിരുന്നു.

'ഞാൻ ഡാഡിയെ ഇങ്ങോട്ടു വിടാം.'

വസുധയുടെ ഇടനെഞ്ചിലൊരു ഞെട്ടലുണ്ടായി. പുറത്തേക്കിറങ്ങാനാഞ്ഞ മകളുടെ കയ്യിൽ മുറുക്കെ പിടിച്ചു വസുധ.

സംശയത്തോടെ തിരിഞ്ഞ ഋതുവിന്റെ കണ്ണുകളിലെ അപേക്ഷ കണ്ടില്ലെന്നു നടിച്ചുകൊണ്ട് അവൾ പതുക്കെപ്പറഞ്ഞു.

'മോളിവിടിരിക്കൂ കുറച്ചുസമയം.'

തന്റെയരികിലിരിക്കുന്ന ഋതുവിനെ പതുക്കെ നെഞ്ചിലേക്ക് ചായ്ച്ചു കിടത്തി വസുധ.

ഋതു കയ്യുയർത്തി വസുധയുടെ വയറിനുമുകളിൽ വച്ചു.

'ഡാഡി മമ്മിയെ ഒരുപാട് സ്നേഹിക്കുന്നുണ്ട്. മൂന്നുവർഷം മുമ്പ് ഡാഡിക്ക് അറ്റാക്ക് വന്നതുമുതൽ ഞാൻ തനിച്ചായിപ്പോകുമോ എന്ന പേടിയായിരുന്നു ഡാഡിക്ക്. അന്നുമുതൽ മമ്മി പോകുന്നിടത്തെല്ലാം ഡാഡിയും ഉണ്ടായിരുന്നു. അതൊക്കെ ഡാഡിതന്നെ മമ്മിയോട്പറയും.'

ഋതു വസുധയുടെ മുഖത്തേക്കു നോക്കി. ആത്മസംഘർഷംകൊണ്ടാവാം മമ്മിയുടെ മുഖം കരുവാളിച്ചിരിക്കുന്നു.

ഉള്ളിലേക്ക് നടന്നുവരുന്ന ഋഷിയുടെ പരവശമായ മുഖത്തേക്കു നോക്കി വസുധ പതുക്കെ കണ്ണുകളടച്ചു.

പതുക്കെ തന്റെ കൈകളുയർത്തി അവളുടെ കൈപ്പത്തിയിൽ ആർദ്രമായി സ്പർശിച്ച് അയാൾ. വിരലുകൾ പിൻവലിക്കാതെ, കണ്ണുകൾ തുറക്കാതെ വസുധ മന്ത്രിച്ചു.

'ഒന്നും മറന്നിട്ടില്ല. മറക്കുകയുമില്ല. അതിന് കഴിഞ്ഞിരുന്നെങ്കിൽ എന്നേ തിരിച്ചുവന്നേനെ. ഇനിയൊരു പരീക്ഷണത്തിനുള്ള സമയമില്ല എന്റെ മുന്നിൽ. തിരിച്ചുപോയ്ക്കോളൂ.' കഠിനവേദനയിൽ എന്ന പോലെ അവളുടെ മുഖം കല്ലിച്ചുചുവന്നിരുന്നു.

അയാൾ പരിഭ്രാന്തിയോടെ പതുക്കെ മന്ത്രിച്ചു.

'ഒരിക്കൽക്കൂടി...ഒരിക്കൽകൂടി മാത്രം പ്ലീസ് വസൂ. മനഃപൂർവ്വമായിരുന്നില്ല ഒന്നും. ഞാൻ...ഞാൻ പോലുമറിയാതെയാണ്.'

വസുധ പതുക്കെ കണ്ണുകൾ തുറന്നു. അവളുടെ മുഖത്തേക്ക് നോക്കാതെ പെട്ടെന്നുതന്നെ അയാൾ മുഖം കുനിച്ചുകളഞ്ഞു.

'പക്ഷെ, ഞാനറിഞ്ഞിരുന്നു. അന്നുമാത്രമല്ല, ഇന്നുമറിയുന്നു. ഓരോ വേദനയും. വേദനയെക്കാളുപരി നിങ്ങളുടെ വൈകൃതങ്ങൾക്കു കീഴടങ്ങുമ്പോൾ അനുഭവിച്ച അറപ്പും വെറുപ്പും ഞെട്ടലും. ഇന്നും ഞാൻ അനുഭവിക്കാറുണ്ട് ഇടയ്ക്കിടെ.'

'ഞാൻ വാക്കുതരുന്നു. ഇനി ഉണ്ടാവില്ല. ഒരിക്കലും. നമ്മുടെ മകൾക്കു വേണ്ടി നീ വരണം വസുധാ...എനിക്കെന്തെങ്കിലും സംഭവിച്ചാൽ അവൾ അനാഥയായി പോകും.'

അയാളുടെ സ്വരം തീർത്തും താണിരുന്നു. മുഖമുയർത്തി അവളെ നോക്കാൻ അയാൾക്കു ധൈര്യം വന്നില്ല.

വസുധയുടെ ചുണ്ടുകളിൽ ഒരു പുഞ്ചിരി തെളിഞ്ഞു.

'നമ്മുടെ മകൾ അനാഥയാവില്ല. ഞാൻ മരിച്ചാൽ നിങ്ങളും നിങ്ങൾ മരിച്ചാൽ ഞാനുമുണ്ടാവുമവൾക്ക്. മകൾക്കായി വീണ്ടും ഒന്നിച്ച് സന്തോഷമായി ജീവിച്ച ദമ്പതികൾ ഉണ്ടാവും ഈ ലോകത്ത്. പക്ഷേ, അതിൽ നമ്മളുണ്ടാവില്ല. കാരണം വസുധ ഒരു വിഡ്ഢിയായിരുന്നു. പക്ഷെ, ഇപ്പോളല്ല.'

മുഖമുയർത്തിയ അയാളുടെ കണ്ണുകളിൽ അടക്കിപ്പിടിച്ച കോപം ഒളിമിന്നി. കണ്ണട ഊരി ഒന്ന് തുടച്ച് വീണ്ടും ധരിച്ചതിനുശേഷം ഒട്ടിച്ചു വച്ച പുഞ്ചിരിയോടെ അയാൾ വസുധയെ നോക്കി.

'സാരമില്ല, മോളോട് എന്താണ് പറയേണ്ടതെന്ന് ഞാൻ തീരുമാനിച്ചിട്ടുണ്ട്. മമ്മി മറ്റൊരു വിവാഹം ചെയ്യാൻ പോകുന്നു എന്നതാവും ബെറ്റർ എന്ന് തോന്നുന്നു.'

വസുധ ഒരു ഞെട്ടലോടെ മുഖമുയർത്തി. അയാളുടെ കണ്ണുകളിലെ ക്രൗര്യം അവളുടെ മനസ്സിനെ പിടിച്ചുലയ്ക്കാൻ പോകുന്നതായിരുന്നു.

'അത് നിങ്ങളുടെ ഇഷ്ടം.'

അവളുടെ മുഖത്ത് ഒരു പുച്ഛച്ചിരി വിരിഞ്ഞു.

'പക്ഷെ, മമ്മിയുടെ വിവാഹവാർത്തയ്ക്കു മുന്നേ മറ്റൊരു കഥ കൂടി മകളറിയും. അത് തന്നിഷ്ടക്കാരിയും തന്റേടിയുമായ അമ്മയുടെ കഥയാവില്ല. ലൈംഗിക വൈകൃതങ്ങൾക്ക് അടിമയായ ഒരാളുടെ ഭാര്യയാവേണ്ടിവന്ന പാവം പെൺകുട്ടിയുടെ കഥയായിരിക്കും. ഉൾതുടയിൽ സർജിക്കൽ ബ്ലേഡുകൊണ്ട് ഭർത്താവായ ഡോക്ടർ ഋഷി സ്വന്തം പേരെഴുതുമ്പോൾ വേദനകൊണ്ട് ബോധം കെട്ടുവീണവൾ.

കാമം മൂക്കുമ്പോളുള്ള അയാളുടെ ഭ്രാന്തുകൾ സഹിച്ചു മരണത്തെ മുന്നിൽകണ്ട് ജീവിച്ചവൾ. അയാളുടെ മൂത്രവും ശുക്ലവും കുടിക്കാൻ പീഡിപ്പിക്കപ്പെട്ട തൊണ്ട പൊട്ടി രക്തം ഛർദ്ദിച്ചവൾ.

ഡോക്ടർ ഋഷിയുടെ മുഖത്ത് രക്തമയമില്ലായിരുന്നു. അയാൾ പതുക്കെ എഴുന്നേറ്റു.

'ഇനിയുമുണ്ട് മകളോട് പറയാൻ ഡാഡിയുടെ ധീരകഥകൾ. ഉപ്പുകല്ലിൽ നഗ്നയായി മുട്ടുകുത്തി നിർത്തിയ ഭാര്യയിൽ കാമം തീർത്ത കഥകളുൾപ്പെടെ.'

വസുധയുടെ മുഖം കനൽപോലെ ജ്വലിച്ചുനിന്നു. അവൾ കിടക്കയിൽ എഴുന്നേറ്റിരുന്നു.

'എനിക്കു കാണാൻ തോന്നുമ്പോൾ എന്റെ മകളെ ഇതേ സ്നേഹത്തോടെ എനിക്ക് വേണം. എന്ത് വേണമെങ്കിലും പറയാം നിങ്ങൾക്കവളോട്. ഡാഡിയും മമ്മിയും ഒന്നായി, എന്നതൊഴികെ.'

കോറിഡോറിലൂടെ മകളെയും ചേർത്തുപിടിച്ചുകൊണ്ട് തലകുനിച്ചിറങ്ങിപ്പോകുന്ന ഋഷിയെ ഗ്ലാസിലൂടെ വസുധയ്ക്ക് കാണാമായിരുന്നു. അവളുടെ മുഖത്ത് ആശ്വാസത്തിന്റെ ശാന്തത തെളിഞ്ഞിരുന്നു.

ആത്മഹത്യ

'രമേശിന്റെ അമ്മ തീകൊളുത്തിയിട്ട് സീരിയസ്സായി ഹോസ്പിറ്റലിലാണ്.'

രാവിലെ ഓഫീസിലേക്ക് കയറുമ്പോൾ കേൾക്കുന്ന ആദ്യത്തെ വാർത്തയാണ്. മൂന്നാംക്ലാസ് വിദ്യാർത്ഥിയാണ് രമേശ്. ഒന്നിൽ പഠിക്കുന്ന ഒരനിയനുമുണ്ട്. എപ്പോഴും കൈകോർത്തുപിടിച്ചു നടക്കുന്ന എണ്ണമിനുപ്പുള്ള രണ്ടു ഗുണ്ടുമണികൾ.

ഇടയ്ക്കിടെ മക്കളെ കൊണ്ടുവിടാൻ വരുമ്പോൾ കണ്ടിട്ടുണ്ട് ആ സ്ത്രീയെയും ഭർത്താവിനെയും. മെലിഞ്ഞ് നല്ല പ്രസരിപ്പുള്ളൊരു സ്ത്രീ. ഭർത്താവ് അധികം സംസാരിക്കാതെ ഒരു ചെറിയ ചിരിയുമായി ബൈക്കിൽ ഇരിക്കും. അവർ കുട്ടികളെ ക്ലാസിലിരുത്തി എല്ലാ ടീച്ചർമാരോടും സംസാരിച്ചിട്ടേ പോകാറുള്ളൂ.

രണ്ടുപേരും നല്ല സ്നേഹത്തിലാണെന്ന് അവരുടെ രീതികൾ കണ്ടാലറിയാം. എന്നിട്ടും?

'പിള്ളേരുറങ്ങുംമുന്നേ പാല് തിളപ്പിച്ച് കൊടുക്കാത്തതിന് ഭർത്താവ് വഴക്ക് പറഞ്ഞതിനാണത്രേ. ഗ്യാസ് തുറന്നുവിട്ടിട്ട് തീപ്പെട്ടി ഉരക്കുകയായിരുന്നു. അയാൾ ഓടിയെത്തി തീയണച്ചപ്പോഴേക്കും നന്നായി പൊള്ളിക്കഴിഞ്ഞിരുന്നു.'

ദുർഗാമിസ് കാര്യങ്ങൾ വിവരിക്കുന്നതും കേട്ടിരിക്കുകയാണ് മറ്റുള്ളവർ. സ്കൂളിലെ രണ്ടു വിദ്യാർത്ഥികളുടെ അമ്മ എന്ന നിലയിൽ തീർച്ചയായും സ്റ്റാഫ് പോകണം. ആരൊക്കെ പോകുമെന്ന ചർച്ചക്കൊടുവിൽ നാലുപേർ പോകാൻ തീരുമാനമായി.

ജനറൽ ഹോസ്പിറ്റലിൽ ആണുള്ളതെന്നാണ് വിവരം ലഭിച്ചിരിക്കുന്നത്. അവിടെ ചെന്നിറങ്ങിയപ്പോൾ തന്നെ തിരിച്ചോടാൻ തോന്നി. അത്രയേറെ വൃത്തിഹീനമായ അന്തരീക്ഷം.

ഓരോ വാർഡും കയറിയിറങ്ങി.

എല്ലായിടത്തും ഒരു വ്യവസ്ഥയുമില്ലാതെ രോഗികളെ കിടത്തിയിരിക്കുന്നു. ഒരു നേഴ്സിനോട് ചോദിച്ചപ്പോൾ മൂന്നാമത്തെ നിലയിലാണ് തീപ്പൊള്ളലേറ്റവരുടെ വാർഡ് എന്നറിഞ്ഞു.

അവിടെയും സ്ഥിതി വ്യത്യസ്തമായിരുന്നില്ല. എല്ലാ ബെഡും സാരി

യൊക്കെ വച്ച് മറച്ചിട്ടിരിക്കുകയാണ്. പൊള്ളിയടർന്ന ദേഹങ്ങൾ മറ്റാരും കാണാതിരിക്കാനാവും. മനം മടുപ്പിക്കുന്നൊരു ഗന്ധവും.

ബെഡിൽ കിടക്കുന്നത് ആരാണെന്ന് അറിയണമെങ്കിൽ സാരികർട്ടൻ മാറ്റിനോക്കണം. കാരണം പരിചയമുള്ള ഒരു മുഖം പോലുമില്ല പുറത്ത്. ആദ്യത്തെ ബെഡിലെ കർട്ടൻ മാറ്റിയതോടെ ഞെട്ടിത്തരിച്ചുപോയി എല്ലാവരും. മുഖവും കഴുത്തിന്റെ ഒരു വശവും പൊള്ളിയടർന്ന ഒരു സ്ത്രീയായിരുന്നു അത്.

അടുത്ത ബെഡിലേക്ക് നീങ്ങുന്ന മൂന്നുപേരുടെയും പുറകെ നടക്കാൻ തോന്നിയില്ല. കാലുകൾക്ക് വിറ തുടങ്ങിയിരിക്കുന്നു. വാതിൽക്കൽ തന്നെ നിന്നുകൊണ്ട് അടുത്ത കർട്ടൻ മാറ്റുന്നത് കാണാതിരിക്കാൻ മുഖം തിരിച്ചുപിടിച്ചു. പെട്ടെന്നാണ് കൈവിരലിൽ ആരോ പിടിച്ചത്.

'മിസ്.' എന്നൊരു വിളിയും, നേർത്ത ശബ്ദത്തിൽ.

ഒറ്റനോട്ടത്തിൽ ഒരു കരിഞ്ഞ രൂപം.

ശരീരത്തിലെ മാംസളമായ ഭാഗങ്ങൾ മാത്രം വല്ലാതെ വീർത്തിട്ടുണ്ട്. മാറിടങ്ങൾ വലിയ ബലൂൺ പോലെ ചിലയിടങ്ങളിൽ ചുവന്ന മാംസമൊഴികെ ബാക്കിയെല്ലാം കത്തിപ്പോയ രൂപം.

അതവരായിരുന്നു. ഞങ്ങളുടെ ഓരോ ചലനവും കണ്ടുകൊണ്ട് പുറത്തെ വാതിലിനരികിൽ നീക്കിയിട്ടൊരു ബെഡിൽ ഒരു സാരിക്കർട്ടൻ പോലുമില്ലാതെ വെന്തടർന്ന ദേഹത്ത് അരയ്ക്ക് കീഴപ്പോട്ട് ഒരു തുണിക്കഷണം മാത്രമിട്ട് ജീവച്ഛവമായി, ഒന്നലറിക്കരയാൻ പോലുമാവാതെ.

നേരിയ ശബ്ദത്തിൽ അവർ കരഞ്ഞുകൊണ്ടേയിരുന്നു.

'അപ്പോഴത്തെ ദേഷ്യത്തിൽ പറ്റിപ്പോയി. വേദന സഹിക്കാൻ വയ്യ. ജീവിക്കണമിനിയും. എന്നെ എവിടെയെങ്കിലും കൊണ്ടുപോകാൻ പറയൂ.'

അടുത്തുനിൽക്കുന്ന സ്ത്രീ പറഞ്ഞാണ് ബാക്കി വിവരങ്ങൾ അറിഞ്ഞത്.

എഴുപതുശതമാനം പൊള്ളൽ ഏറ്റതിനാൽ വേറെ ഹോസ്പിറ്റലിൽ കൊണ്ടുപോകാൻ പറഞ്ഞ് ഇവർ കയ്യൊഴിഞ്ഞു. എന്തായാലും മരിക്കുമെന്ന് ഉറപ്പായതിനാൽ പ്രൈവറ്റ് ഹോസ്പിറ്റലിൽ കൊണ്ടുപോകാൻ ഭർത്താവോ മറ്റു ബന്ധുക്കളോ തയ്യാറല്ല.

ബന്ധങ്ങൾക്ക് ഒരു വിലയും കൊടുക്കാത്തവരുടെ നാടാണിത്. അതുകൊണ്ടുതന്നെ അതിശയം തോന്നിയില്ല.

കഴിഞ്ഞയാഴ്ചയാണ് കൂടെ ജോലി ചെയ്യുന്ന ടീച്ചറുടെ ചേട്ടൻ മരിച്ചത്. ഹൃദയത്തിന് ഒരു ഓപ്പറേഷൻ ചെയ്താൽ അമ്പതുശതമാനം ചാൻസുണ്ടെന്ന് ഡോക്ടർ പറഞ്ഞപ്പോൾ 'ഉറപ്പില്ലല്ലോ' എന്ന കാര

ണവും പറഞ്ഞ് മൂന്നുദിവസംകൊണ്ട് അയാളെ മരണത്തിലേക്ക് തള്ളി യിട്ടവർ.

ആ നാട്ടിൽ ഇതേ സംഭവിക്കൂ. അവരോട് ഞങ്ങൾ കാര്യം പറഞ്ഞു മനസ്സിലാക്കാൻ ശ്രമിക്കുമ്പോഴൊക്കെ ആ സ്ത്രീ ഞരങ്ങിക്കൊണ്ടേ യിരിക്കുന്നുണ്ടായിരുന്നു.

കൃത്യം മൂന്നാംദിവസം ആ ഹോസ്പിറ്റൽ വരാന്തയിൽ കിടന്ന് അവർ മരിച്ചു. ആറുമാസം തികയുമ്പോഴേക്കും കുഞ്ഞുങ്ങളെ നോക്കാൻ ആരു മില്ലെന്നു പറഞ്ഞ് അയാൾ അടുത്ത വിവാഹം ചെയ്തു. പിന്നീട് ഒന്നോ രണ്ടോ മാസമേ ആ കുട്ടികൾ സ്കൂളിൽ വന്നുള്ളു. കുട്ടികളെ നോക്കാ നെത്തിയ പുതിയ അമ്മയ്ക്ക് അവരെ നോക്കാൻ വയ്യ. അതോടെ അവ രുടെ മുത്തശ്ശന്റെ നാട്ടിലേക്ക് ആ കുഞ്ഞുങ്ങളെ കൊണ്ടുവിട്ടു അവർ.

പിന്നീട് മാസങ്ങൾക്കുശേഷം ടൗണിൽവച്ചു അവരെ രണ്ടുപേരെയും വീണ്ടും കാണുകയുണ്ടായി. മെലിഞ്ഞുണങ്ങി, പാറിപ്പറക്കുന്ന കോലൻ മുടിയുമായി ഒറ്റനോട്ടത്തിൽ തിരിച്ചറിയാനാവാത്ത വിധം മാറിപ്പോയി രുന്നു അവർ. കൂടെയുള്ള മുത്തശ്ശൻ നടക്കാൻപോലും ബുദ്ധിമുട്ടുള്ള ഒരു വൃദ്ധനായിരുന്നു. അയാളിനി എത്രകാലം?

'പുതിയ ഭാര്യ ഗർഭിണിയായതോടെ അവരുടെ അച്ഛൻ അവരെ തീർത്തും മറന്നെന്ന് ആ വൃദ്ധൻ നിർവികാരതയോടെ പറഞ്ഞു.

ഒറ്റനിമിഷംകൊണ്ട് ആ സ്ത്രീ ചെയ്ത വിഡ്ഢിത്തത്തിന്റെ ഫലം ഇത്രയേറെ വലുതാവുമെന്ന് അവരന്ന് അറിഞ്ഞിരിക്കില്ല.

ഭർത്താവിനെ പേടിപ്പിക്കാനുള്ള അടവാണോ ആത്മഹത്യാശ്രമം? അതും തീകൊണ്ട്.

ഒരു പക്ഷെ, മറ്റൊരു മാർഗ്ഗമായിരുന്നു അവർ പരീക്ഷിച്ചതെങ്കിൽ ഇന്നും ആ കുഞ്ഞുങ്ങൾക്ക് അമ്മയും അച്ഛനും ഉണ്ടായിരുന്നേനെ. ജീവിതം നമ്മുടേതാണ്. അത് നശിപ്പിച്ചാൽ നഷ്ടവും നമുക്കു മാത്രമാ ണ്. ബാക്കിയെല്ലാവരും നമ്മെ ചുരുങ്ങിയ ദിവസങ്ങൾക്കുള്ളിൽ മറക്കും.

നമ്മുടെ സ്ഥാനത്ത് മറ്റൊരാൾ വരും.

പക്ഷെ, നമ്മുടെ മക്കൾക്ക് പെറ്റമ്മയാവാനുള്ള മനസ്സ് ലക്ഷങ്ങളിൽ ഒരാൾക്കേയുണ്ടാവൂ. അവരെ നമ്മുടെ മക്കൾക്ക് കിട്ടണമെന്നുമില്ല.

അതുകൊണ്ടുതന്നെ വികാരങ്ങൾക്ക് അടിമപ്പെടാതെ വിവേകപൂർവ്വം ആവട്ടെ നമ്മുടെ മുന്നോട്ടുള്ള ജീവിതം.

സ്നേഹത്തിന്റെ മണം

'എന്തൊക്കെ പറഞ്ഞിട്ടും കുട്ട്യോള് രണ്ടും ഇങ്ങട്ടു കേറാൻ കൂട്ടാക്കുന്നില്ലല്ലോ രവിയേ. ന്താപ്പോ ചെയ്ക? എന്റെ ദേവീ...നല്ലതിനെന്നു വെച്ച് ചെയ്തത് നാശത്തിനാവുമോ ഒടുക്കം?'

നാരായണമ്മാമയുടെ പുലമ്പലും കേട്ടുകൊണ്ട് രവി നിശ്ശബ്ദനായി തല കുനിച്ചു ഇറയത്തെ ഉരുളൻതൂണും ചാരിയിരുന്നു. അയാൾക്ക് എന്താണ് മറുപടി പറയേണ്ടതെന്ന് അറിയില്ലായിരുന്നു.

വേണമെങ്കിൽ താഴെ ചെന്ന് മക്കളെ രണ്ടടിയും കൊടുത്ത് വിളിച്ചോണ്ട് പോരാം. സാധാരണ രണ്ടുപേരും കുറുമ്പ് കാണിച്ച് താഴെ തറവാട്ടിൽ അച്ഛമ്മയുടെ അടുത്ത് ഒളിച്ചിരുന്നാൽ അതാണ് പതിവ്. പക്ഷെ, ഇന്ന് താൻ എന്തോ തെറ്റ് ചെയ്തുപോയ ഒരു ഭയം അയാളെ ഇരുന്നിടത്തുനിന്ന് എഴുന്നേൽക്കാൻ അനുവദിച്ചില്ല.

പരാജിതന്റെ മുഖത്തോടെ നിസ്സഹായനായി അയാൾ തല കുനിച്ചിരുന്നു.

'അന്നേ ഞാൻ പറഞ്ഞതാ വെറുതെയെങ്കിലും ഒന്ന് പൊരുത്തം നോക്കാന്ന്. അപ്പോ ല്ലാരും കൂടെ ന്നെ ചാടിക്കടിക്കാൻ വന്നു. ന്നിട്ടിപ്പോ ന്തായി?'

പുറത്തു നടക്കുന്ന കുറ്റപ്പെടുത്തലുകളും ചർച്ചകളും കേട്ടുകൊണ്ട് പിടയ്ക്കുന്ന ഹൃദയവുമായി ഊണുമുറിയുടെ ഒരരികിൽ സീത വിവാഹസാരിയുടെ തുമ്പും തെരുപ്പിടിച്ച് നിന്നു. ചുറ്റുമുള്ള സ്ത്രീകൾ അവളെ അനുകമ്പയോടെ നോക്കി.

ദീർഘനേരത്തെ യാത്രയും വന്നുകയറിയപ്പോൾ മുതൽ ഉള്ള നിൽപ്പും അവളെ പരവശയാക്കിയിരുന്നു. താൻ പ്രതീക്ഷിച്ചതിനേക്കാൾ വലിയൊരു പരീക്ഷണമാണ് തന്നെ കാത്തിരിക്കുന്നത് എന്ന തിരിച്ചറിവും കൂടി ആയപ്പോൾ അവർക്കു ശരീരം തളരുംപോലെ തോന്നി.

'കുട്ടി വരൂ.'

ചുമലിൽ രവിയുടെ അമ്മയുടെ കരസ്പർശനമാണ് അവളെ ചിന്തയിൽനിന്നും ഉണർത്തിയത്.

നിശ്ശബ്ദയായി അവൾ അവരെ അനുഗമിച്ചു.

'കുട്ടി ഒന്നു കുളിച്ച് കല്യാണപുടവ മാറ്റിക്കോളൂ. അപ്പുറം നടക്കുന്ന

കാര്യങ്ങളിൽ ഒന്നും മനസ്സ് കൊടുക്കേണ്ട. ഇനിന്താ വേണ്ടെന്ന് ഞാൻ നിശ്ചയിച്ചിട്ടുണ്ട്. തൽക്കാലം കുട്ട്യോൾ അവിടെ നിൽക്കട്ടെ. നല്ലൊരു ദിവസായിട്ട് അതുങ്ങളെ കരയിപ്പിക്കണ്ട. എല്ലാം ശരിയാവും.'

ചുട്ടുപൊള്ളുന്ന മനസ്സിലേക്ക് ഒരു കുമ്പിൾ തീർത്ഥം വീണ ആശ്വാസം തോന്നി സീതയ്ക്ക് ആ വാക്കുകൾ കേട്ടപ്പോൾ.

അവളുടെ കൺകോണിൽ ഇത്രയും നേരം വിങ്ങിനിന്ന കണ്ണീർ മുത്ത് അറിയാതെ തുളുമ്പി വന്നു.

'കാര്യം ശരിതന്നെയാ. നിനക്കു പെറാനുള്ള കഴിവില്ലെന്ന് അറിഞ്ഞോണ്ടാ ജാതകംപോലും നോക്കാതെ ഈ കല്യാണം നടത്തിയത്. ന്റെ കുട്ട്യോൾക്ക് പെറ്റമ്മയാവാൻ നിനക്കേ കഴിയൂന്നുള്ളത് ന്റെ തീരുമാനമായിരുന്നു. എങ്കിലും നീയും ഒരു പെണ്ണാണ്. നിന്റെ കണ്ണീർ വീഴിക്കണം ഒന്നുംണ്ടാവില്ല ഇവിടെ. കുട്ടി കുറച്ച് കിടന്നോളൂ. ഞാൻ തറവാട്ടിലേക്കു ചെല്ലട്ടെ. കുട്ട്യോള് തനിച്ചല്ലേ അവിടെ.'

രാത്രി ഒരു കട്ടിലിൽ അപരിചിതരെപ്പോലെ കിടക്കവെ തൊട്ടുമുമ്പു വരെ കേട്ട രവിയുടെ ശബ്ദം കാതിൽ മുഴങ്ങിക്കൊണ്ടിരുന്നു.

'മറ്റൊരുത്തന്റെ കൂടെ ഒളിച്ചോടി പിടിക്കപ്പെട്ടതോ, അവൻ നാടുവിട്ടതോ ഒന്നും അറിഞ്ഞിട്ടല്ല ഞാൻ ശ്രീദേവിയെ വിവാഹം കഴിച്ചത്. എല്ലാം അറിഞ്ഞപ്പോഴേക്കും വൈകിയിരുന്നു. അവളും പരാതിയൊന്നും പറഞ്ഞുകേട്ടില്ല.

കണ്ണന് രണ്ടുവയസ്സും അമ്മൂട്ടി വയറ്റിൽ ആറുമാസവും ഉള്ള സമയത്താണ് അവളുടെ പൂർവ്വകാമുകൻ തിരിച്ച് വന്ന് കാവിൽ തൂങ്ങിമരിച്ച വാർത്ത അറിഞ്ഞത്. പിന്നെ ആരോടും സംസാരിക്കാതെയായി.

കുഞ്ഞിന് മുലപ്പാൽപോലും കൊടുക്കാനുള്ള ബോധം ഉണ്ടായിരുന്നില്ല പലപ്പോഴും. എന്റമ്മയാണ് രണ്ടുമക്കളെയും വളർത്തിയത്. ഒടുവിൽ ഒരുനാൾ ഇവിടുത്തെ കിണറ്റിൽ. വെള്ളം കുടിച്ചു വീർത്ത ശരീരമായി.'

'പിന്നീടൊരു ജീവിതം കൊതിച്ചിട്ടല്ല സീതേ. പക്ഷെ, പ്രായവും രോഗങ്ങളും അമ്മയെയും ഭയപ്പെടുത്തിത്തുടങ്ങി. അമ്മയുടെ അന്വേഷണം ആണ് നിന്നിൽ അവസാനിച്ചത്. പക്ഷെ, മക്കളിങ്ങനെ പെരുമാറുമെന്ന് ഞാൻ പ്രതീക്ഷിച്ചതേയില്ല. ഇപ്പോ മനസ്സിൽ ഒരു മരവിപ്പ് മാത്രമാണ്. നീയെന്നെ ശപിക്കരുത്.'

അലക്കിയിട്ട തുണികൾ പുറത്തുനിന്നും എടുത്ത് മുറിയിലേക്ക് വരികയായിരുന്നു സീത. അലമാര തുറന്നുകിടക്കുന്നതു കണ്ടാണ് അവൾ ബെഡ്റൂമിലേക്ക് കയറിയത്. കയ്യിലുള്ള പ്ലാസ്റ്റിക് സഞ്ചിയിലേക്ക് എന്തൊക്കെയോ ഉടുപ്പുകൾ വാരിനിറയ്ക്കുക ആണ് ഒരു ചെറിയ ആൺ

കുട്ടി. അവളുടെ കാലുകൾ നിശ്ചലമായി. പതുക്കെ അവന്റെ പുറകിൽ ചെന്നുനിന്ന് അവൾ വിളിച്ചു.

'മോനേ കണ്ണാ. ന്താ നോക്കുന്നേ. അമ്മ എടുത്തുതരട്ടെ.'

ചാടിയെണീറ്റ് സഞ്ചിയും വാരിപ്പിടിച്ച് പുറത്തേക്കിറങ്ങുന്നതിനിടയിൽ അവൻ തലതിരിച്ച് സീതയെ ഒന്ന് നോക്കി.

ദേഷ്യവും സങ്കടവും നിറഞ്ഞ കണ്ണുകൾ വാതിൽപ്പടിയുടെ പുറത്തു നിൽക്കുന്ന അഞ്ചുവയസ്സുകാരിയുടെ കണ്ണുകൾ മാത്രം അവളെ കൗതുകത്തോടെ നോക്കി. അനിയത്തിയുടെ കൈകളിൽ പിടിച്ച് വേഗം നടന്നുനീങ്ങുന്ന കണ്ണനെ നോക്കിനിൽക്കേ സീതയുടെ ഹൃദയം ഉരുകിയ വേദന മിഴികളിലൂടെ കവിളിലേക്ക് ഒഴുകിയിറങ്ങി.

'അച്ഛമ്മയും അച്ഛാച്ചനും എന്താ വരാത്തെ ഏട്ടാ. മോൾക്ക് വല്ലാണ്ട് വിശക്കുന്നുണ്ട്.'

സ്കൂൾ വിട്ടുവന്നപ്പോൾ വീട് പൂട്ടിക്കിടക്കുകയായിരുന്നു. അപ്പോൾ തുടങ്ങിയതാണ് അമ്മുവിന്റെ ആവലാതി. കണ്ണനും വിശക്കുന്നുണ്ടായിരുന്നു. എങ്കിലും അനിയത്തിയുടെ പരാതിയിലും ആവലാതിയിലും അവനത് ചിന്തിച്ചിട്ടുണ്ടായിരുന്നില്ല ഇത്രയും സമയം. ഇരുട്ടിത്തുടങ്ങിയിരിക്കുന്നു.

'മോളിവിടെ ഇരിക്കൂ. ഏട്ടൻ അപ്പുണ്ണിയേട്ടന്റെ കട തുറന്നോ നോക്കിന്തേലും വാങ്ങിവരാം.'

അമ്പിളിയെ വരാന്തയിലെ ഒരു മൂലയിൽ ഇരുത്തി അവൻ റോഡിലേക്ക് ഇറങ്ങിനടന്നു.

അത്താഴത്തിനുള്ള ഒരുക്കങ്ങളുമായി അടുക്കളയിൽ ആയിരുന്നു സീത. സാമ്പാറിന് കടുക് താളിച്ച് അടച്ചുവച്ചു തിരിയുമ്പോൾ ആണ് അടുക്കളവാതിൽക്കൽ ഒരു കുഞ്ഞുനിഴൽ. ഒറ്റനിമിഷം.

'ഈശ്വരാ...' എന്ന വിളിയോടെ അവൾ മോളുടെയടുത്തേക്ക് ഓടി. മുന്നിൽ മുട്ടുകുത്തിയിരുന്ന് തന്നെ നോക്കുന്ന സ്നേഹവും ദയനീയതയും നിറഞ്ഞ കണ്ണുകളിലേക്ക് നോക്കി അമ്മു പതുക്കെ പറഞ്ഞു.

'നിക്ക് വിശക്കുന്നു.'

കാത്തിരുന്ന് കളിപ്പാട്ടം കിട്ടിയ സന്തോഷത്തോടെ സീത അവളെ വാരിയെടുത്ത് മാറോടു ചേർത്തുയർത്തി വിതുമ്പി.

'നീ എവിടെപോയതാ അമ്മൂ? ഏട്ടൻ പേടിച്ചുപോയല്ലോ. അപ്പുണ്ണിയേട്ടൻ കട തുറന്നില്ല.'

'ഏട്ടാ ഒരു കാര്യം പറയട്ടെ.'

'ന്താ?'

'അമ്മ നല്ലതാ തോന്നുന്നു ഏട്ടാ. എനിക്ക് മടീല് ഇരുത്തി ദോശയും

സാമ്പാറും വായിൽ വച്ചുതന്നു. അച്ഛമ്മ പറഞ്ഞത് സത്യാ. അമ്മു മടീന്ന് ഇറങ്ങിയപ്പോ ആ അമ്മ കരയുന്നുണ്ടായിരുന്നു. സ്നേഹം ഉള്ളോണ്ടല്ലേ കരഞ്ഞിട്ടുണ്ടാവുക. അമ്മയ്ക്ക് നല്ല മണമുണ്ട്. അതെന്തു മണമാ?'

'ആ നിക്കറീല്യ. നിന്നോടാരാ ഇപ്പോ അങ്ങോട്ടു പോവാൻ പറഞ്ഞേ? ഒരു നേരം തിന്നില്ലേൽ ചത്തൊന്നും പോകില്ലാലോ.'

അമ്മു ഒന്നും മിണ്ടാതെ കണ്ണന്റെ അടുത്തുവന്നിരുന്നു. അവൻ പതുക്കെ മൂക്കു വിടർത്തി. ശരിയാ നല്ല മണം.

ആ അമ്മേടെ മണം ആയിരിക്കും. മരിച്ചുപോയ അമ്മയുടെ മണം അവൻ ഒന്നോർത്തെടുക്കാൻ നോക്കി.

അവനു കരച്ചിൽ വരുന്നുണ്ടായിരുന്നു.

ഇരുട്ടു വീണ വഴിയിലേക്ക് നോക്കി അനിയത്തിയേയും ചേർത്തുപിടിച്ച് എന്തിനെന്നറിയാതെ അവൻ വിങ്ങിക്കരഞ്ഞു.

'മോനേ...'

കണ്ണു തുടച്ച് അവൻ ചാടിയെണീറ്റപ്പോഴേക്കും സീതയുടെ കൈകൾ അവനെ വാരിപ്പുണർന്നുകഴിഞ്ഞിരുന്നു. വിങ്ങിക്കരയുന്ന അവരുടെ മുഖത്തേക്കു നോക്കിയപ്പോൾ അവന് വീണ്ടും കരയാനാണ് തോന്നിയത്. ഏങ്ങലടിച്ചു കരയുന്ന അവനെ വാരിപ്പുണർന്ന് നെറ്റിയിലും കവിളിലും മാറിമാറി ഉമ്മവെച്ച് സീതയും ഏങ്ങലടിച്ച് കരഞ്ഞുകൊണ്ടിരുന്നു.

അപ്പോൾ അവനും അറിയാൻ കഴിയുന്നുണ്ടായിരുന്നു അമ്മയ്ക്ക് നല്ലൊരു മണം ആണെന്ന്.

'സ്നേഹത്തിന്റെ മണം.'

അമ്മുവിനെയും തന്നെയും നെഞ്ചിൽ ചേർത്ത് വിങ്ങിക്കരയുന്ന സീതയെ നോക്കി അവൻ പതുക്കെ പറഞ്ഞു.

'സോറി അമ്മേ.'

അമ്മുവിനെ എടുത്ത് കണ്ണനെ ചുമലിലൂടെ കൈയിട്ട് തന്നോടു ചേർത്തുപിടിച്ച് റോഡിലേക്കിറങ്ങിപ്പോകുന്ന സീതയെ നോക്കി അടച്ചിട്ട വീടിനുള്ളിൽ ഇരുന്ന് അച്ഛമ്മയും അച്ഛാച്ഛനും കണ്ണീർ തുടച്ചുകൊണ്ട് പരസ്പരം പുഞ്ചിരി തൂകി.

തിരിച്ചറിവ്

നാളെയാണെന്റെ വിവാഹം. വീടും പന്തലും നിറഞ്ഞ് ആൾക്കാർ. വിവാഹം മണ്ഡപത്തിൽവെച്ചാണ്. അതുകൊണ്ട് ഇന്നാണ് നാടടച്ച് സദ്യ. പുതുവസ്ത്രങ്ങൾ മാറിമാറി അണിഞ്ഞ് സ്വർണ്ണത്തിൽ കുളിച്ച് കൂട്ടുകാരികളുടെ കൂടെ വീഡിയോക്കും ഫോട്ടോകൾക്കും പോസ് ചെയ്ത് ഞാനും ഉണ്ട് പന്തലിൽ. അച്ഛനും അമ്മയും ഇരിക്കാൻ നേരമില്ലാതെ ഓടിനടക്കുന്നുണ്ട്.

പെട്ടെന്ന് വിജി എന്റെടുത്തേക്ക് വന്നു.

'സായൂ നിനക്ക് ഫോൺ.'

അവളുടെ മുഖം വിളറിയിരിക്കുന്നു. ഞാൻ ഫോൺ എടുത്തു.

'സായൂ ഞാനാണ്. താഴെ റോഡിൽ ഉണ്ട് ഞങ്ങൾ. എനിക്ക് നീയില്ലാതെ വയ്യ. എല്ലാവരുടെയും കണ്ണുവെട്ടിച്ച് ഇറങ്ങാൻ പറ്റുമോയെന്ന് നോക്കൂ. ഇല്ലെങ്കിൽ ഒന്നും നോക്കണ്ട. ഞാൻ അങ്ങ് കേറിവന്നോളും. നീയെന്റെ കൂടെ നിന്നാൽ മാത്രം മതി. ആരും നമ്മളെ ഒന്നും ചെയ്യാൻ പോണില്ല.'

അലൻ ആണ് ഫോണിൽ. കഴിഞ്ഞ ഒരു വർഷമായി ഒന്നു കേൾക്കാൻ കൊതിച്ച സ്വരം. ഈ അവസാനത്തെ നിമിഷം. ദൈവമേ എന്താണ് ചെയ്യേണ്ടത് ഞാൻ?

ഞാൻ മുകളിലേക്ക് ഓടി. ബാൽക്കണിയിലേക്കിറങ്ങിനോക്കി. ശരിയാണ്. റോഡിൽ അങ്ങേയറ്റം രണ്ട് കാറും കുറച്ചാളുകളും. കാലുകൾ തളർന്ന് ഞാൻ ഊഞ്ഞാൽ കസേരയിൽ കുഴഞ്ഞുവീണു.

മൂന്നുവർഷത്തെ പ്രണയം. അവനാണ് റോഡിൽ പ്രതീക്ഷകളുമായി കാത്തിരിക്കുന്നത്. ഇത്രയും ഭ്രാന്തമായ സ്നേഹം ആരോടും ഇല്ലായിരുന്നു എനിക്ക്. അതുകൊണ്ട് തന്നെ അച്ഛന്റടുത്തൂന്ന് ഒന്നും ഒളിച്ചില്ല. ആദ്യത്തെ ചോദ്യം ചെയ്യലിൽ തന്നെ സമ്മതിച്ചുകൊടുത്തു. മതത്തിന്റെ വേലി പൊളിച്ച് ഞങ്ങൾ ഒന്നിച്ചു ജീവിക്കും എന്നു പറഞ്ഞ നിമിഷം ആദ്യത്തെ അടി വീണു. വിട്ടുകൊടുത്തില്ല. ചീറിക്കൊണ്ട് അച്ഛനു നേരെ തിരിഞ്ഞു.

'സ്വന്തം മകളുടെ മനസ്സുകാണാതെ അടിക്കാൻ നാണമില്ലേ?' എന്നു വരെ ചോദിച്ചു.

ഭ്രാന്തുപിടിച്ചതുപോലെ അച്ഛനടിച്ച അടിയെല്ലാം ദേഹം കൊണ്ടു തന്നെ തടഞ്ഞു. അവസാനം 'കൊന്നേക്കൂ അല്ലെങ്കിൽ ഞാൻ അവന്റെ കൂടെ പോയിരിക്കും' എന്ന എന്റെ അലർച്ചയ്ക്കു മുന്നിൽ അച്ഛന് കൈ വിറച്ചു.

തലകുനിച്ചിറങ്ങിപ്പോയി ആ പാവം.

അടുത്തദിവസം തന്നെ എന്നെ മാമന്റെ വീട്ടിലേക്കു മാറ്റി. അവിടെയും ഞങ്ങൾ തോറ്റില്ല. അലൻ വിജിയുടെ കയ്യിൽ കൊടുത്തയച്ച ചെറിയ സോളാർ ഫോൺ വഴി ഞങ്ങൾ പുലർച്ചെവരെ സംസാരിച്ചു. കുറച്ചുദിവസംകൊണ്ട് മാമി കേട്ടു രാത്രി സംസാരം.

അർദ്ധരാത്രി മാമന്റെ മുന്നിൽ തൊണ്ടിയോടെ പിടിച്ചിട്ടും കൂസലില്ലാതെ നിന്നു ഞാൻ. അച്ഛനെയില്ലാത്ത പേടിയാണോ മാമനെ എന്ന് മനസ്സിൽ പുച്ഛവുമായി.

രാവിലെതന്നെ മാമി എന്നോട് ഒരുങ്ങി വരാൻ പറഞ്ഞു. എന്നെ വീട്ടിൽ കൊണ്ടുവിടാനാണെന്ന് കരുതി ഞാൻ തയ്യാറായി വന്നു. എന്നാൽ കാറോടിയത് അലന്റെ വീട്ടിലേക്കായിരുന്നു. ഞാൻ ഞെട്ടി ഇരുന്നുപോയി.

മാമൻ പതുക്കെ പറഞ്ഞു. 'എല്ലാവരുടെയും സമ്മതം ഞാൻ വാങ്ങിക്കോളാം. പക്ഷെ ഇന്നിതിനൊരു തീരുമാനം ഉണ്ടാവണം.'

അപ്രതീക്ഷിതമായി കേറിവന്ന ഞങ്ങളെ കണ്ട് അലനടക്കം എല്ലാവരും ഞെട്ടി. മുറ്റത്ത് നിറയെ റബ്ബർഷീറ്റുകൾ. അറയും നിരയുമായി... ഒരു പഴയ ക്രിസ്ത്യൻ തറവാട്. അവനും പപ്പയും മമ്മിയും ചേച്ചിയും അനിയനും വല്യമ്മച്ചിയും.

മാമൻ കാര്യങ്ങൾ അവതരിപ്പിച്ചു.

ആദ്യം വല്യമ്മച്ചിയും പിന്നെ അവന്റെ മമ്മിയും നിർത്താതെ എന്നെ പഴിച്ചു. വളർത്തുദോഷം ഉള്ള പെൺകുട്ടിയെ അവർക്കുവേണ്ട. അതാണല്ലോ അന്യമതത്തിൽ പെട്ട അവനെ വലവീശി പിടിച്ചത്. പിന്നെ അവന്റെ പപ്പയുടെ വക മാമനും കിട്ടി.

കുടുംബത്തിലെ പെൺകുട്ടികൾ വഴി പിഴച്ചുപോയാൽ കാർന്നോന്മാരിങ്ങനൊക്കെ നാണം കെടേണ്ടിവരും എന്നുവരെ പറഞ്ഞു.

ഒന്നും മിണ്ടാതെ എല്ലാം കേട്ടശേഷം മാമൻ അലനോട് ചോദിച്ചു.

'എന്താ നിന്റെ തീരുമാനം?'

അവന്റെ മുഖത്ത് അതുവരെ കണ്ട അപരിചിതത്വത്തേക്കാൾ എന്നെ വേദനിപ്പിച്ചത് 'പപ്പയും മമ്മിയും പറയുമ്പോൾ ഞാനെന്തു പറയാൻ' എന്ന എങ്ങും തൊടാത്ത മറുപടിയായിരുന്നു.

പൊട്ടിക്കരഞ്ഞുകൊണ്ട് ഞാനിറങ്ങി ഓടി. വീടെത്തുംവരെ മാമിയുടെ

മടിയിൽ കിടന്ന് കരഞ്ഞു ഞാൻ. ആരും എന്നെ വഴക്കുപറഞ്ഞില്ല. ശാസിച്ചില്ല. കൂടെനിന്നു.

അച്ഛനോട് മാപ്പുപറയാൻ കൊതിച്ചെങ്കിലും തെറ്റ് ചെയ്തവളുടെ കുറ്റബോധം അതിനനുവദിച്ചില്ല.

ആറുമാസം വരെ പ്രണയമാകുന്ന ഉമിത്തീയിൽ എരിഞ്ഞു, അവനെ മറക്കാൻ കഴിയാതെ.

ആ ശബ്ദമെങ്കിലും ഒന്നു കേൾക്കാൻവേണ്ടി കൊതിച്ചു. വലിച്ചെറിഞ്ഞ ഫോണിലൂടെ വീണ്ടും വിളിച്ചു. ആ നമ്പർപോലും നിലവിൽ ഇല്ലെന്നു മനസ്സിലാക്കി ഫോൺ തല്ലിത്തകർത്തു.

മാസങ്ങളോളം പുറത്തിറങ്ങാതെ വായിച്ചും എഴുതിയും മുറിയിലേക്ക് ഒതുങ്ങി. അപ്പോഴേക്കും മനസ്സും മരവിച്ചുതുടങ്ങി.

അതിനിടെയാണ് മനുവിന്റെ ആലോചന വന്നത്. പറയാൻ ഒന്നും ഉണ്ടായിരുന്നില്ല.

'എന്താ മോളേ പറയണ്ടേ?' എന്ന അച്ഛന്റെ ചോദ്യത്തിന് മറുപടി പറയാൻ മുഖം ഉയർത്താൻപോലും അർഹത ഇല്ലെന്നു തോന്നി.

വിവാഹം ഉറപ്പിക്കും എന്നു മനസ്സിലായി. അവസാനമായി ഒന്നുകൂടി വിജിയോട് പറഞ്ഞുവിട്ടു.

'അവനൊന്നും മിണ്ടിയില്ല' എന്ന പതിവുമറുപടിയുമായി വിജി വന്നു. കത്തിജ്വലിച്ച മൂന്നുവർഷത്തെ പ്രണയം അതോടെ മരിച്ചു എന്റെ മനസ്സിൽ.

പതുക്കെ ജീവിതം തിരിച്ചുവന്നു.

മനു മനുവേട്ടനായി...

അച്ഛനോട് മാപ്പുപറയാൻ മാത്രം ധൈര്യം വന്നില്ല. ഒന്നിനും ഒരു കുറവും ഉണ്ടായിരുന്നില്ല. ആഭരണങ്ങൾക്കോ ആഘോഷങ്ങൾക്കോ ഒന്നും കുറച്ചില്ല അച്ഛൻ.

നാളെ പടിയിറങ്ങി പോകേണ്ട മകൾ ഇന്ന് ഇറങ്ങിപ്പോയാൽ...ദൈവമേ..എന്റെ ഹൃദയം കിടുങ്ങി.

ആലോചിച്ച് തളർന്നിരുന്നു ഞാൻ. എത്രനേരം അറിയില്ല.

വിജി ഓടിവന്നു.

'സായൂ...ആകെ പ്രശ്നമാകുമെന്നു തോന്നുന്നു. അവനിങ്ങോട്ട് കേറിവന്നു. നിന്റെ മാമൻ പിടിച്ച് പിറകിലേക്കു കൊണ്ടുപോയി സംസാരിക്കുകയാണ്.'

എന്റെ തളർച്ച പൂർണ്ണമായി. അമ്മ കേറിവരുന്നുണ്ട്. മാമിയും.

പൊട്ടിക്കരഞ്ഞുകൊണ്ട് അമ്മ എന്റെ മുന്നിൽ കൈകൂപ്പി.

'പൊന്നുമോളേ ചതിക്കല്ലേ. അച്ഛനെ കൊല്ലിക്കരുത് നീ.'

മരവിച്ചുനിന്ന എന്റെ കൈയിൽ പിടിച്ച് മാമി പതുക്കെ പറഞ്ഞു, 'വാ മോളേ, മുൻവശത്ത് ആരും ഒന്നും അറിഞ്ഞിട്ടില്ല. നിനക്കു മാത്രമേ കഴിയൂ ഇതിനൊരു തീരുമാനമുണ്ടാക്കാൻ.'

മാമി എന്നെയും പിടിച്ച് നടന്നുകഴിഞ്ഞു.

മുഖം തുടച്ച് പുറകെ അമ്മയും.

കിണറ്റിന്റെ വശത്തൂടെ ഞങ്ങൾ പുറത്തിറങ്ങി. വഴിയുടെ താഴെ കുറച്ചുപേർ. മാമന്റെയും അലന്റെയും രൂപം കൂട്ടത്തിൽ എനിക്കു വ്യക്തമായി കാണാം. വിറക്കുന്ന എന്നെ ചേർത്തു പിടിച്ച് നടത്തി മാമി. നടത്തത്തിനിടെ ഞാൻ കണ്ടു വഴിയരികിൽ നിലത്ത് അച്ഛൻ തല കുമ്പിട്ട് ഇരിക്കുകയാണ്. എന്നെ നോക്കിയതുപോലുമില്ല.

കാലുകൾ വിറച്ച്, വിയർപ്പൊഴുകി എനിക്ക് നടക്കാൻ വയ്യ.

ആയിരം കിലോമീറ്റർ ദൂരമുണ്ട് അങ്ങോട്ട് എന്നെനിക്കു തോന്നി.

എന്റെ മുന്നിൽ വീണ്ടും ആ മുഖം.

ജീവൻ കൊടുത്ത് ഞാൻ സ്നേഹിച്ചവന്റെ മുഖം.

ഈ ജന്മം മാത്രമല്ല, ഇനിയേഴു ജന്മവും ഒന്നുചേരാൻ കൊതിച്ച മുഖം. വിയർത്തൊട്ടിയ അവന്റെ മുഖം എന്നെ കണ്ടതോടെ തിളങ്ങി.

വിജയസ്മിതത്തോടെ അവൻ റോഡിൽ കാത്തുനിൽക്കുന്ന ചങ്ങാതിമാരെ നോക്കി.

പുഞ്ചിരിയോടെ അവൻ പറയുന്നത് ഞാൻ കേട്ടു.

'എനിക്കറിയാമായിരുന്നു നീ വരുമെന്ന്.'

ഒന്നും മിണ്ടാതെ പകച്ചുനിൽക്കുകയാണ് മാമൻ.

അവൻ കൈ നീട്ടി.

'വാ സായൂ. ഇത് നമ്മുടെ ജീവിതമാണ്. ആരും തടയില്ല.'

ഒരുനിമിഷം. ഞാൻ ശ്വാസം പിടിച്ചുനിന്നു.

പിന്നെ പതുക്കെ പറഞ്ഞു,

'ഞാൻ വരുന്നില്ല.'

ഞെട്ടി നിൽക്കുന്ന അവന്റെ മുഖത്തേക്കു നോക്കി ഞാൻ തുടർന്നു.

'ഒരുപാട് വളർത്തുദോഷം ഉള്ള കുട്ടിയായിരുന്നു ഞാൻ. പക്ഷെ, ഇന്നങ്ങനെയല്ല. ഇന്നെനിക്കറിയാം വിവാഹത്തലേന്ന് അച്ഛനമ്മമാരെ ഉപേക്ഷിച്ചു. വിഷമഘട്ടത്തിൽ മറന്നുകളഞ്ഞ ഒരാളുടെ പുറകെ പോകരുതെന്ന്. അതുകൊണ്ട് എനിക്ക് വേണ്ടി ഇനിയിവടെ നിൽക്കുകയും വേണ്ട.'

പറഞ്ഞുതീർത്ത് അടുത്ത നിമിഷം ഞാൻ തിരിച്ചുനടന്നു. വഴിയിൽ നിലത്ത് തളർന്നിരിക്കുന്ന എന്റച്ഛനടുത്തേക്ക്...അച്ഛന്റെ മുന്നിൽ നിലത്ത് മുട്ടുകുത്തി.

അച്ഛന്റെ കാലുകൾ രണ്ടും ചുറ്റിപ്പിടിച്ചു പൊട്ടിക്കരഞ്ഞുകൊണ്ട് പറഞ്ഞു.

'എന്നോടു ക്ഷമിക്കണേ അച്ഛാ. അച്ഛനെയും അമ്മയെയും വിഷമിപ്പിക്കുന്ന ഒന്നും ഞാനിനി ചെയ്യില്ല.'

തളർന്നിരുന്ന അച്ഛൻ എന്നെ നെഞ്ചിലേക്ക് ചേർത്ത് വിങ്ങിക്കരഞ്ഞു. തിരിഞ്ഞുനോക്കാതെ ഞാൻ എന്റെ അച്ഛന്റെയും അമ്മയുടെയും കൈകളിൽ ചേർന്ന് വീട്ടിലേക്ക് കയറി.

അതെ ഇപ്പോൾ നല്ല കുട്ടി ആണ് ഞാൻ. മാതാപിതാക്കളുടെ സന്തോഷമാണ്. ഓരോ മക്കളുടെയും സന്തോഷം എന്നെനിക്കറിയാം. അങ്ങനെ ജീവിച്ചാൽ മതിയിനി എനിക്കും.

പിൻവിളി

ഭയപ്പെട്ടതുപോലെ തന്നെ സംഭവിച്ചു.

സൃഷ്ടി വീട്ടിലെത്തിയിട്ടില്ല.

മൊബൈലും കയ്യിൽവച്ചു ബാല ഒരു നിമിഷം തരിച്ചിരുന്നു. പിന്നെ ചാടിയെണീറ്റു കാബിൻ ഡോർ തുറന്നു പുറത്തേക്കിറങ്ങിയോടി.

ഇത്തവണയും പതിവ് തെറ്റിയില്ല. മഴ കോരിച്ചൊരിയുകയാണ് പുറത്ത് റോഡരികൊക്കെ ചെറിയ അരുവികൾ പോലെയായിരിക്കുന്നു. വെള്ളം രണ്ടു സൈഡിലേക്ക് ചിതറിത്തെറിപ്പിച്ചുകൊണ്ട് ബാല കാറിനു വേഗത കൂട്ടി.

അവളുടെ ഉള്ളിൽ ഒരു നടുക്കം അലയടിക്കുന്നുണ്ടായിരുന്നു. സൃഷ്ടിയുടെ അച്ഛന്റെ മരണശേഷം എല്ലാം മറക്കാൻ വേണ്ടിയാണ് ഈ ഹിൽ സ്റ്റേഷനിലേക്ക് താമസം മാറിയത്. ബാല ഗ്രൂപ്പ് ഓഫ് കമ്പനീസിന്റെ എം.ഡി ആയ ബാല സുദേവിന് പണം മാത്രമേ എന്നും കൂട്ടിനുണ്ടായിരുന്നുള്ളു.

സുദേവ് കൂടെയുണ്ടായിരുന്ന ആറുവർഷങ്ങൾ അവൾ ജീവിതമെന്തെന്നറിഞ്ഞു. പക്ഷേ, ഒരാക്സിഡന്റിന്റെ രൂപത്തിൽ വിധി സുദേവിനെ നേരത്തെ കൊണ്ടുപോയി. പിന്നീടങ്ങോട്ട് മകൾ മാത്രമായി ബാലയുടെ ലോകം. അവൾക്കു വേണ്ടിയാണ് ഇങ്ങോട്ടേക്കുള്ള ഒളിച്ചോട്ടവും ഏകാന്തവാസവും പോലും.

എതിരെ വന്ന ലോറിയുടെ ഹോൺ ശബ്ദം ബാലയെ ഞെട്ടിച്ചു. അവൾ വെപ്രാളത്തോടെ പുറത്തേക്ക് നോക്കി. കുറെ സമയമായി കയറ്റം കയറിത്തുടങ്ങിയിട്ടും മഴനാരുകൾക്ക് ശക്തി കുറഞ്ഞിരിക്കുന്നു. ഇവിടെ ഈ റോഡിൽ ആണ് കഴിഞ്ഞ മൂന്നുപ്രാവശ്യവും സൃഷ്ടിയെ കണ്ടുകിട്ടിയത്. അപ്പോഴൊക്കെ മഴ കോരിചൊരിയുന്നുണ്ടായിരുന്നു.

വണ്ടി കുറച്ചുകൂടെ സ്ലോ ആക്കി അവൾ പുറത്തേക്ക് നോക്കി.

അടുത്ത വളവിൽവച്ചേ അവൾ കണ്ടു. ദൂരെ യൂണിഫോമിൽ നനഞ്ഞു കുതിർന്ന് നടന്നുപോകുന്ന സൃഷ്ടിയെ.

വണ്ടി നിർത്തി ഓടിവന്ന് വാരിപ്പുണർന്ന അമ്മയെ നിർജീവമായ കണ്ണുകളുയർത്തി സൃഷ്ടി നോക്കി.

മകളെയും ചേർത്തുപിടിച്ച് ബാല കാറിനരികിലേക്ക് നടന്നു.

ഉറങ്ങിക്കിടക്കുന്ന മകളുടെ നേരെ ഒന്നുനോക്കി. ഫോണെടുത്തു പുറത്തേക്കിറങ്ങി ശരണിന്റെ നമ്പർ ഡയൽ ചെയ്തു ബാല.

'മന്ത്രവാദം, ജ്യോതിഷം എന്നിങ്ങനെയുള്ള വിഡ്ഢിത്തങ്ങളിൽ ഞാൻ വിശ്വസിക്കുന്നില്ല ശരൺ. അതുകൊണ്ടുതന്നെ എനിക്കറിയണം. എന്താണ് എന്റെ മകളെ ആ മലമുകളിലേക്ക് ആകർഷിക്കുന്നതെന്ന്. നീ ചോദിച്ച എല്ലാ ഡീറ്റെയിൽസും നാളെയെത്തിക്കാം. നാലുമാസത്തിനുള്ളിൽ മൂന്നുതവണയാണ് അവളെ കാണാതായത്. എല്ലാ പ്രാവശ്യവും അവൾ മലമുകളിലേക്കുള്ള റോഡിൽ എങ്ങോട്ടെന്നില്ലാതെ നടന്നുപോകുകയായിരുന്നു.'

ബാലയുടെ ക്ലാസ്മേറ്റ് ആയിരുന്നു ശരൺ. വിവാഹത്തോടെ തീർന്ന സുഹൃദ് ബന്ധം യാദൃച്ഛികമായി സ്ഥലം സർക്കിളായി ശരണിനെ കണ്ടപ്പോൾ പുനരാരംഭിച്ചതാണ് ഇരുവരും.

വീണ്ടും ബാലയുടെ ഫോൺ ശബ്ദിച്ചു.

അച്ഛനാണ്. അവൾക്ക് ഫോൺ എടുക്കാൻ തോന്നിയില്ല. എപ്പോൾ തിരിച്ചെത്തും എന്ന ഒറ്റവാചകം മാത്രമേ അങ്ങേത്തലയ്ക്കൽ നിന്നും പ്രതീക്ഷിക്കേണ്ടതുള്ളു എന്നവൾക്കറിയാമായിരുന്നു.

അച്ഛൻ അന്നും ഇന്നും ഒരു ചക്രവർത്തിയാണ്. കല്പിക്കാൻ മാത്രം അറിയാവുന്ന ചക്രവർത്തി. തന്റെ സ്ഥാപനത്തിന്റെ ബ്രാഞ്ച് ഇവിടെയുണ്ടെന്ന ഒറ്റ പരിഗണനയിൽ ആണ് അച്ഛൻ മകളെയും പേരക്കുട്ടിയേയും ഇങ്ങോട്ടേക്ക് വിട്ടത്.

പതിവ് ഞായറാഴ്ചസായാഹ്നം.

മടിയിൽ കിടക്കുന്ന മകളുടെ മുടിയിൽ തലോടി വാത്സല്യത്തോടെ അവളുടെ നെറ്റിയിൽ ഉമ്മ വച്ചു ബാല. ബാക്കിയെല്ലാ സമയങ്ങളിലും തന്റെ മകൾ മിടുക്കിയും സുന്ദരിയും ആണെന്ന് സന്തോഷത്തോടെ ഓർത്തു അവൾ.

തിളങ്ങുന്ന കണ്ണുകളും നിഷ്ക്കളങ്കമായ പുഞ്ചിരിയുമായി പതിവുപോലെ സൃഷ്ടി അമ്മയുടെ വയറിൽ ഇക്കിളിയിട്ടു.

പെട്ടെന്നാണ് ഫോൺ റിംഗ് ചെയ്തത്. ബാല കോൾ അറ്റന്റ് ചെയ്തു.

'വേണ്ട. ഞാനങ്ങോട്ട് വന്നോളാം ശരൺ.'

'സൃഷ്ടിയുടെ കേസ് സോൾവ് ചെയ്തിട്ടുണ്ട്. അതെത്രത്തോളം വിശ്വസനീയമാണ് എന്ന് ബാലയുടെ മനസ്സാക്ഷി തീരുമാനിക്കട്ടെ.'

ബാലയ്ക്ക് ഹൃദയമിടിപ്പ് കൂടിവരുംപോലെ തോന്നി. കൈകൾ ടേബിളിൽ വച്ച് മുന്നോട്ടാഞ്ഞിരുന്നു അവൾ.

'നാലുകാര്യങ്ങൾ ആണ് എനിക്കു പറയാനുള്ളത്. അതിന്റെ മറുപടി ബാലതന്നെ തരണം.'

'ബാലയുടെ മകളും ഭർത്താവും സഞ്ചരിച്ച കാർ ആക്സിഡന്റായി രണ്ടുവർഷം മുമ്പ് സുദേവ് കൊല്ലപ്പെടുകയാണുണ്ടായത് അല്ലേ?'

'അതെ.' ബാല നിർവികാരയായി പതുക്കെ പറഞ്ഞു.

'ആ ആക്സിഡന്റിൽ ഹൃദയത്തിന് സാരമായി പരുക്ക് പറ്റിയ സൃഷ്ടിക്ക് ജീവിതത്തിലേക്ക് തിരിച്ചുവരാൻ ഹൃദയം മാറ്റിവെക്കേണ്ടി വന്നു അല്ലേ? അതും പത്താം വയസ്സിൽ.'

ബാലയ്ക്ക് നട്ടെല്ലിൽ നിന്നൊരു തരിപ്പ് കയറിവന്നു. ചാരം മൂടിയ വേദനകൾ ആരോ ഊതിക്കത്തിക്കാൻ ശ്രമിക്കുംപോലെ...അവൾ പതുക്കെ മൂളി.

'ഇനിയുള്ള കാര്യം...ആ സർജറിയുടെ പുറകിൽ ഞെട്ടിപ്പിക്കുന്ന ഒരു ചതി നടന്നിട്ടുണ്ടെന്നുള്ളതാണ്. അത് ബാലയുടെ അറിവോടെയാണോ?'

ഒരു ഞെട്ടലോടെ ബാല ചാടിയെണീറ്റു.

'എന്തു ചതി? എനിക്കൊന്നും മനസ്സിലാകുന്നില്ല.'

'ബാലയുടെ അച്ഛന്റെ പണത്തിനും സ്വാധീനത്തിനും മുന്നിൽ മറ്റൊരു കുട്ടിയുടെ ഹൃദയം വിലയ്ക്കെടുക്കപ്പെടുകയായിരുന്നു. അതേ ഹോസ്പിറ്റലിൽ വെന്റിലേറ്ററിൽ ഉള്ള പതിനേഴുകാരന്റെ ഹൃദയം. ബൈക്ക് വാങ്ങിക്കൊടുക്കില്ലെന്നു പറഞ്ഞ അച്ഛനോടുള്ള വാശിയിൽ കൂട്ടുകാരന്റെ ബൈക്കെടുത്ത് പോയി ലോറിക്കടിയിലേക്ക് അറിഞ്ഞോ അറിയാതെയോ പായിച്ച വിഡ്ഢി. ഒൻപതുദിവസം വെന്റിലേറ്ററിൽ ആണുള്ളതെന്ന് ഡോക്ടർമാർ വരുത്തിത്തീർത്ത ഒരു പയ്യൻ. സത്യത്തിൽ ഹോസ്പിറ്റലിൽ വന്ന് രണ്ടാംദിവസം തന്നെ അവന്റെ ഹൃദയം ബാലയുടെ മകൾക്കായി മുറിച്ചുമറ്റപ്പെട്ടിരുന്നു.'

ബാലയ്ക്ക് തനിക്കു ചുറ്റുമുള്ളതെല്ലാം കറങ്ങുന്നതുപോലെ തോന്നി. അവൾ തളർന്ന് കസേരയിലേക്ക് വീണു.

ഒന്നും അറിഞ്ഞിരുന്നില്ല താൻ. സുദേവിന്റെ മരണത്തിന്റെ ഷോക്കിൽ നിന്നും മുക്തി നേടുമ്പോൾ മോൾക്ക് ഓപ്പറേഷൻ കഴിഞ്ഞിരുന്നു. എല്ലാം അച്ഛൻ അതിന്റെ സമയത്തു ചെയ്തു. മോളുടെ ചെക്കപ്പ്, ട്രീറ്റ്മെന്റ്സ് എല്ലാമെല്ലാം.

കഴിഞ്ഞ ഒരു വർഷത്തോളമായി മകളുടെ സ്വഭാവത്തിൽ ഉണ്ടായ ചില മാറ്റങ്ങളാണ് അവൾക്കിഷ്ടപ്പെട്ട ഹിൽസ്റ്റേഷനിലേക്ക് ഒന്ന് മാറാൻ തീരുമാനിക്കാൻ കാരണംതന്നെ.

ബാലയുടെ ചിന്തകളെ കീറിമുറിച്ചുകൊണ്ട് ശരണിന്റെ ശബ്ദം ഉയർന്നു.

'ഇനി പറയാൻ പോകുന്ന കാര്യമാണ് ശ്രദ്ധിച്ചുകേൾക്കേണ്ടത്. അന്ന് കൊല്ലപ്പെട്ട പയ്യന്റെ മാതാപിതാക്കളുടെ അടുത്തേക്കാണ് സൃഷ്ടിയുടെ

ഉപബോധമനസ്സ് ഇടയ്ക്കിടയ്ക്ക് അവളെയും കൊണ്ടു പോകുന്നത്. അവരുടെ അഡ്രസ്സ് ആണിതിൽ. ബാലയ്ക്ക് നേരിട്ടു ചെന്ന് ബോധ്യപ്പെടാവുന്നതാണ്.

ബാലയുടെ നടുക്കം പൂർണ്ണമായി.

ശവത്തിന്റേതെന്ന പോൽ വിളറിയ മുഖവുമായി അവൾ കസേരയിൽ ഇരുന്ന് വിയർത്തൊഴുകി.

മലമുകളിലേക്കുള്ള അവസാനത്തെ വളവും കഴിഞ്ഞ് ബാലയുടെ കാർ 'ഇന്ദീവരം' എന്ന് പേരുകൊത്തിവെച്ച ഗേറ്റും കടന്ന് പതുക്കെ ഉള്ളിലേക്കു നീങ്ങി. ഇടതുവശത്തിരിക്കുന്ന സൃഷ്ടിയിലേക്ക് അറിയാതെ അവളുടെ കണ്ണുകൾ നീങ്ങി.

കണ്ണുകളിൽ ഇതുവരെ കാണാത്തൊരു തിളക്കവുമായി തല പുറത്തേക്കിട്ട് ചുറ്റും നോക്കുകയാണവൾ.

ആവേശമാണത്. ഒരുപാട് സ്നേഹിക്കുന്ന ആരൊക്കെയോ കാണാനുള്ള ആവേശം.

കണ്ടു മതിയാവാതെ പിരിഞ്ഞുപോകേണ്ടി വന്ന ഒരു ഹൃദയത്തിന്റെ വേദനയുടെ...കാത്തിരിപ്പിന്റെ അവസാനമെത്തിയ ആവേശം.

അതിദ്രുതം മിടിക്കുന്ന ഹൃദയവുമായി ബാല ഇന്ദീവരത്തിലേക്ക് കാറോടിച്ചു പോയിക്കൊണ്ടിരുന്നു. ഇനിയെന്തെന്നറിയാത്തൊരു അനിശ്ചിതത്വത്തോടൊപ്പം തന്നെ അനിർവചനീയമായ ഒരു നിർവൃതിയും അവളിൽ തുടിച്ചുകൊണ്ടിരുന്നു.

മാതൃത്വം

അന്ന്

ഒരു ഓണക്കാലത്ത് വല്യേട്ടൻ പൂ പറിക്കാൻ പോകുമ്പോൾ അമ്മയുടെ പിൻവിളി കേൾക്കാതെ ഏട്ടന്റെ പുറകെ ഓടിയ ഒരു അഞ്ചുവയസ്സുകാരി.

ഏട്ടന്റെ വാലായി പാടത്തിന്റെ കരയിലൂടെ കാക്കപ്പൂ തേടി നടന്ന് അവളും...ഏട്ടനേക്കാൾ വേഗം അച്ഛമ്മ മെടഞ്ഞുകൊടുത്ത ഓലക്കൂട്ട നിറയ്ക്കാൻ തോട്ടിൻ വരമ്പിലിറങ്ങി കാക്കപ്പൂ പറിക്കുമ്പോൾ അവളുടെ കാലിൽ എന്തോ കടിച്ചു. കരച്ചിൽ കേട്ട് ഓടിവന്ന വല്യേട്ടൻ ചോര പൊടിയുന്ന വിരൽത്തുമ്പിലെ രണ്ടു കുഴികൾ പരിശോധിച്ചു കഴിഞ്ഞ് തീരുമാനിച്ചു.

പാമ്പുതന്നെ.

പൂവും കൂട്ടയും വലിച്ചെറിഞ്ഞ് അവൻ അനിയത്തിക്കുട്ടിയെ എടുത്തുകൊണ്ട് ഓടി.

ഉണ്ണിയപ്പത്തിന് മുറ്റത്തിട്ട ഉരലിൽ അരി ഇടിക്കുന്ന അമ്മയും ഇളയമ്മയും 'അമ്മേ പൊന്നൂസിനെ പാമ്പു കടിച്ചേ' എന്ന ഏട്ടന്റെ നിലവിളി കേട്ട് ഓടിയിറങ്ങിവന്നു.

പേടിച്ച് അലറിക്കരയുന്ന മക്കളെ കണ്ടതോടെ അമ്മയും കരച്ചിലായി. കൂട്ടക്കരച്ചിലിനിടയിൽ അമ്മ മോളെയും കൊണ്ട് വിഷവൈദ്യന്റെ വീട്ടിലേക്ക് ഓടി.

പുറകെ ഒരു നാടും.

വൈദ്യര് പൊന്നൂസിന്റെ കാലു ഒന്ന് ഞെക്കിനോക്കിയിട്ട് പറഞ്ഞു.

'ഇത് ഞണ്ട് ഇറുക്കിയതാണ്. വീട്ടിൽ പോയ്ക്കോളൂ.'

നിലത്തു തളർന്നിരിക്കുകയായിരുന്ന അമ്മ ചീറിക്കരഞ്ഞുകൊണ്ട് പൊന്നുവിനെ തൂക്കിയെടുത്ത് നാലടി കൊടുത്തു.

'നിന്നോട് പോകല്ലേന്ന് പറഞ്ഞതല്ലേ ഞാൻ.'

അതോടെ ഏട്ടൻ ജീവനുംകൊണ്ടോടി. കരഞ്ഞോണ്ട് പൊന്നുവും എണീറ്റ് പുറകെ ഓടി.

ദൂരെ പ്ലാവിന്റെ ചോട്ടിൽ ഇരുന്ന് പൊന്നു വിഷമത്തോടെ ഏട്ടനോട് പറഞ്ഞു.

'വല്യേട്ടാ, ഒന്ന് പാമ്പു കടിച്ചാ മതിയായിരുന്നു. അതോണ്ടല്ലേ അമ്മ യ്ക്ക് ദേഷ്യം വന്നത്.'

വളരെ ആഴത്തിൽ ചിന്തിച്ചുകൊണ്ട് നഷ്ടബോധത്തോടെ വല്യേ ട്ടൻ പറഞ്ഞു.

'ശരിയാ.'

ഇന്ന്

അഞ്ചുവയസ്സുകാരനും അമ്മയും ഒളിച്ചുകളിക്കുകയാണ്. വീട്ടിൽ ആരുമില്ല വേറെ.

കുറേനേരമായി ഒളിച്ച മോനെ കാണാതെ അമ്മ അന്വേഷിച്ചുനട ക്കുകയാണ്. പെട്ടെന്നാണ് ബെഡ്റൂമിലെ സ്റ്റീൽ അലമാരക്കുള്ളിൽ അനക്കം.

അവൾ ഓടിച്ചെന്നു തുറക്കാൻ നോക്കി. തുറക്കാൻ കഴിയുന്നില്ല. ഉള്ളിൽ ലോക്കു വീണിരിക്കുന്നു.

'മോനേ...' ഉച്ചത്തിൽ വിളിച്ചുകൊണ്ട് അവൾ അലമാരയുടെ പിടി തിരിച്ചു. ഇല്ല എവിടെയോ കുടുങ്ങിയതുപോലെ. അവളുടെ കരച്ചിൽ കേട്ട് ഉള്ളിൽ അഞ്ചുവയസ്സുകാരനും അമ്മേ എന്നു വിളിക്കുന്നുണ്ട്.

കുറച്ചുനേരം നോക്കി.

ഇല്ല, തുറക്കാൻ വയ്യ.

മോന് ശ്വാസം കിട്ടില്ലേ ദൈവമേ...അവളുടെ ഉള്ളിൽ പ്രാണൻ പിട ഞ്ഞു. മുറ്റത്തേക്കോടി. അപ്പുറത്തു കടയാണ്. ആരൊക്കെയാണ് ഉള്ളത് എന്നൊന്നും നോക്കീല്ല. അലറിക്കരഞ്ഞു. ആരൊക്കെയോ ഓടിവന്നു. അവരെല്ലാം മാറിമാറി നോക്കുന്നുണ്ട്.

പക്ഷെ, അലമാരി തുറക്കാൻ പറ്റുന്നില്ല.

അവൾക്ക് ശരീരം തളർന്നു. വീഴുംമുന്നേ ആരോ താങ്ങിയിരുത്തി.

ആരോ ഒരാൾ സ്റ്റീൽ കട്ടർ കൊണ്ടുവരുന്നുണ്ട്.

ഉള്ളിൽ അനക്കമൊന്നുമില്ല.

അവർ ശ്രദ്ധിച്ച് അലമാരയുടെ സൈഡിലൂടെ മുറിച്ചു. പിന്നെ അത് അടർത്തിമാറ്റി. ബോധത്തിനും അബോധത്തിനും ഇടയിൽ അവൾ കുഞ്ഞിനെ കണ്ടു. ഉള്ളിൽ പേടിച്ചു പതുങ്ങിയിരിക്കുന്ന അഞ്ചുവയസ്സു കാരനെ. ആരോ കുഞ്ഞിനെ എടുത്തു അവളുടെ മുന്നിൽ നിർത്തി.

അമ്മയെ കണ്ട ആശ്വാസത്തിൽ അവൻ പുഞ്ചിരിച്ചു.

കുഴപ്പമൊന്നുമില്ലവന്.

പൊട്ടിക്കരഞ്ഞുകൊണ്ട് അവൾ അവനെ കൈവീശി രണ്ടടി അടിച്ചു

'നിനക്ക് വേറെവിടേം കണ്ടില്ലേ ഒളിക്കാൻ?'

ആരോ അവളെ ശാസിച്ചുകൊണ്ട് കുഞ്ഞിനെ വലിച്ചെടുത്തു.

അവൾ അവിടിരുന്ന് ജീവൻ തിരിച്ചുകിട്ടിയ ആശ്വാസത്തോടെ വിങ്ങിക്കരഞ്ഞു.

മോനെ നോക്കി വരാന്തയിൽ ഇറങ്ങിയ അവൾ കണ്ടു.

അടുത്ത വീട്ടിലെ വല്യമ്മയുടെ മടിയിൽ ഇരുന്ന് വിഷമത്തോടെ, 'എന്നെ പുറത്തേക്ക് എടുക്കണ്ടാരുന്നു വല്യമ്മേ. അതോണ്ടല്ലേ അമ്മ അടിച്ചത്.' എന്നും പറഞ്ഞ് കാലിലെ ചുവന്ന തിണർപ്പിൽ തൊട്ടുനോക്കുന്ന അഞ്ചുവയസ്സുകാരനെ.

പൊട്ടിക്കരഞ്ഞുകൊണ്ട് മോനെ എടുത്തു. കുഞ്ഞുമുഖം ഉമ്മകൾകൊണ്ട് മൂടുമ്പോൾ അവൾ മകൾ ആയിരുന്നില്ല. അമ്മ മാത്രമായിരുന്നു. വെറും അമ്മ.

മാതൃത്വം മഹനീയം.

അതിന് പല രൂപഭാവങ്ങൾ. എല്ലാം ഒഴുകി അവസാനിക്കുന്നത് ഒന്നിൽ.

'ജീവൻ പറിച്ചുനൽകുന്ന സ്നേഹത്തിൽ.

ഫിറ്റായ ഭാര്യ

'ഭയങ്കരനാറ്റമാണ്. എനിക്കുവേണ്ട മനുവേട്ടാ.'

'പിന്നെ...വൈനിനല്ലേ നാറ്റം. നീയങ്ങു കുടിക്കു കൊച്ചേ. എന്റെ പൊന്നുമോളല്ലേ.'

അനീഷും മനോജുമൊക്കെ ആഘോഷിച്ച കഥകൾ പറഞ്ഞുകേട്ടപ്പോൾ മുതലുള്ള ആശയാണ് ഒരുദിവസം കെട്ട്യോൾക്ക് ഒരു പെഗ് കൊടുത്തൊന്ന് ആഘോഷിക്കണം എന്ന്. കൊല്ലം നാലഞ്ചായി പുറകെ നടന്ന് കാലുപിടിക്കുന്നു. ഒരുവിധം സമ്മതിച്ചുകിട്ടിയത് ഇപ്പോഴാണ്. ആദ്യമായിട്ടല്ലേ അതുകൊണ്ട് വൈൻ മതിയെന്ന് വച്ചു. അവളാണേൽ കിട്ടിയ അവസരം നന്നായി ഉപയോഗിച്ചു.

'ഇന്നത്തെ അടുക്കളപ്പണി മൊത്തം എടുത്താൽ കുടിക്കാം.'

അതായിരുന്നു വാക്ക്.

പിന്നൊന്നും നോക്കീല്ല. ചിക്കൻ വരട്ടി. കല്ലുമ്മക്കായ ഫ്രൈ ഉണ്ടാക്കി. ചോറും വച്ചു. ഒരു വിധം സന്ധ്യ ആക്കി.

അങ്ങനെ കാത്തുകാത്തിരുന്ന മുഹൂർത്തം വന്നെത്തി.

ഇത്തിരി മതിയെന്നും പറഞ്ഞ് ഒഴിച്ചതിന്റെ പാതി അവൾ തിരിച്ചെടുപ്പിച്ചു. എന്തേലുമാവട്ട്. അതെങ്കിൽ അത്.

ശ്വാസം പിടിച്ച് ഞാൻ നോക്കിനിൽക്കെ വിഷം കുടിക്കുംപോലെ അവളത് കുടിച്ചിറക്കി. കുറച്ചു കല്ലുമ്മക്കായ വാരി വായിലിട്ട് രണ്ടു ചാട്ടം ചാടി അടങ്ങിയിരുന്നു.

ഒന്ന്, രണ്ട്, മൂന്ന്, നാല് ഒന്നും സംഭവിച്ചില്ല.

പെണ്ണ് വാരിവലിച്ച് ചോറുണ്ണുന്നു. ഞാനും പതുക്കെ എന്റെ ചോറിലേക്ക് തല താഴ്ത്തി.

'മനുവേട്ടാ ഒരു ഗ്ലാസ് കൂടെ തരുവോ? ഒന്നും തോന്നുന്നില്ലാലോ. വയറ്റിൽ എന്തോ കത്തുന്നുണ്ട്. വേറെ കുഴപ്പമൊന്നുമില്ല.'

എന്റെ ഹൃദയം ആനന്ദത്താൽ ഒന്ന് തുള്ളിച്ചാടി. ഇന്ന് ഞാൻ പൊളിച്ചടുക്കും. ഭാവമാറ്റമില്ലാതെ ഞാൻ മൂളി.

അടുത്ത സെക്കന്റിൽ അവൾ ഗ്ലാസെടുത്തു വെക്കുന്നു. നിറയെ ഒഴിക്കുന്നു. ഒറ്റക്കുടി കുടിക്കുന്നു. കല്ലുമ്മക്കായ വാരിതിന്നുന്നു. വീണ്ടും മിനുറ്റുകൾ...ശ്വാസംമുട്ടൽ. ഒന്നും സംഭവിച്ചില്ല.

അവൾ തീറ്റ തുടരുന്നുണ്ട്.

എന്നാപ്പിന്നെ ഞാനും തിന്നേക്കാം.

പെട്ടെന്നാണ് ചിരി കേട്ടത്. പെണ്ണ് ചിരിക്കുകയാണ്. ചിരിയോടു ചിരി. നിർത്തുന്നേയില്ല. എനിക്കും ചിരി വന്നു. ചിരിച്ചോണ്ട് എന്റെ നേരെ കൈ നീട്ടിക്കൊണ്ട് തൊടാൻ ശ്രമിക്കുന്നു.

'മനുവേട്ടൻ ഡബിളായി.' വീണ്ടും ചിരി.

ഈശ്വരാ പണി പാളിയാ.

പെട്ടെന്ന് ചിരി നിന്നു.

മുഖം വാഷ്ബേസിന്റെ നേർക്കു തിരിച്ച് ഒറ്റ തുപ്പലായിരുന്നു. തുപ്പൽ നിലത്തുതന്നെ വീണു.

അതൊന്നു തല തിരിച്ച് എന്നോടു പറഞ്ഞു.

'സോറി, വാഷ് ബേസിൻ ഇത്രേം ദൂരെയായിരുന്നു ല്ലേ?'

'എട്ടിന്റെ പണി ആണോ ഭഗവാനേ ഇരന്നുവാങ്ങിയത്' എന്ന ചിന്തയോടെ ഞാനെണീറ്റു. ഒരു തുണിയെടുത്ത് വന്ന് തുപ്പൽ തുടച്ചുതുടങ്ങി. ഉടനെ വന്നു അടുത്ത വിളി.

'എനിക്കു ഛർദ്ദിക്കണം.'

ഞാൻ ചാടിയെണീറ്റു ചെന്നു.

നല്ല ഫിറ്റായി. മുഖമൊക്കെ ചുവന്നു. കണ്ണൊക്കെ ഇറുങ്ങി ഇരിക്കയാണെന്റെ പ്രിയതമ.

'വാ...ഞാൻ പിടിക്കാം. ഛർദ്ദിക്കാൻ പോകാലോ.'

ഞാനവളെ താങ്ങാൻ ശ്രമിച്ചു.

'വേണ്ടാ. എനിക്കിവിടിരുന്ന് ഛർദ്ദിക്കണം.'

ഈശ്വരാ പണി പിന്നേം പാളിയാ.

ഞാനോടിപ്പോയി ഒരു പ്ലാസ്റ്റിക്ക് ചെരുവം എടുത്തു വന്ന് മുന്നിൽ വച്ചുകൊടുത്തു.

'ഗ്വാ...ഗ്വാ' ശബ്ദം മാത്രം വന്നു അവളിൽ നിന്ന്. പാവം. തോന്നിയതാവും.

ഞാൻ ചരുവം എടുത്ത് തിരിഞ്ഞതും വലിയൊരു ശബ്ദം കേട്ടു. തിരിഞ്ഞുനോക്കിയപ്പോൾ വിശാലമായി മേശനിറയെ വാളുംവച്ച് കസേരയിൽ ചാഞ്ഞിരിപ്പുണ്ട് അവൾ.

മേശയും തറയും വൃത്തിയാക്കി അവളെയും ഒന്ന് നനച്ചു തുടച്ചു കിടക്കയിൽ കൊണ്ടു കിടത്തിയപ്പോഴേക്കും അടിച്ചതൊക്കെ ആവിയായിരുന്നു. അവളാണേൽ കിടത്തുംതോറും ചാടിയെണീക്കുന്നു.

തലകറങ്ങുന്നത്രേ കിടക്കുമ്പോൾ. ചിരിയാണേൽ നിർത്തുന്നുമില്ല.

എനിക്കാണേൽ ഛർദ്ദി കോരിയപ്പോ തന്നെ മതിയായിരുന്നു.

എവിടേലും ഒന്നു കിടന്നാൽ മതിയിനി.

'മനുവേട്ടാ നിങ്ങക്കൊരു കാര്യം അറിയാവോ?'

പിന്നെ ചിരിയോടു ചിരി.

'നീയൊന്നു കിടക്കൂ മോളേ പ്ലീസ്. കാര്യമൊക്കെ രാവിലെ പറയാം.'

'പോരാ...എനിക്കിപ്പോ പറയണം.'

'എങ്കിൽ പറ.'

'എനിക്ക് വിസിലടിക്കാനറിയാം. നിങ്ങക്ക് കേക്കണോ?'

ഈശ്വരാ... ഞാൻ ക്ലോക്കിൽ നോക്കി. സമയം പന്ത്രണ്ടേ നാല്പത്. ഈ നേരത്തോ.

ഞാൻ ദയനീയമായി അവളെ നോക്കി.

അപ്പോഴേക്കും അവൾ തുടങ്ങിക്കഴിഞ്ഞു.

'പൂമാനമേ...' ആണെന്നു തോന്നുന്നു ഉദ്ദേശിച്ചത്. കാറ്റുമാത്രമേയുള്ളൂ.

'ഞങ്ങൾ അലക്കാൻ പോകുമ്പോ...വഴിയേ പോണ ചെക്കന്മാരെയൊക്കെ വിസിലടിച്ചു വിളിക്കാറുണ്ട്.'

'എടീ ഭയങ്കരീ...' എന്റെ ഉള്ളൊന്നു ഞെട്ടി.

എന്തായാലും കിട്ടിയ ചാൻസ് പരമാവധി ഉപയോഗിച്ചേക്കാം.

'വേറെന്താ ചെയ്യാറ് മോളൂട്ടീ?'

'പിന്നെയങ്ങ് ചറപറാ വന്നു. ഓട്ടോ ചേട്ടന് പൂ കൊടുത്തത്. അപ്പുറത്തെ ചേട്ടൻ കുളിക്കുമ്പോ വിസിലടിച്ചത്. കൂടെ പഠിക്കുന്ന പയ്യൻ കവിതയെഴുതിയത്...അങ്ങനെയങ്ങനെ...

ഓരോ പ്രാവശ്യവും ഞാൻ 'എന്നിട്ട്...എന്നിട്ട്' എന്നു ചോദിച്ചും അവളോരോന്നായി പറഞ്ഞുംകൊണ്ടേയിരുന്നു. അവസാനം അവൾ നിർത്തി.

ഞാൻ വീണ്ടും ആകാംക്ഷയോടെ ചോദിച്ചു. 'എന്നിട്ടോ?'

'എന്നിട്ടൊന്നുമില്ല. അത്രേയുള്ളു.'

അങ്ങനെ വിട്ടാൽ പറ്റില്ലാലോ.'

'നീ പറയെടാ ചക്കരേ. അവൻ വേറൊന്നും തന്നില്ലേ?'

'ഇല്ലെന്നേ.'

'നല്ലോണമോർത്തുനോക്കൂ മോളൂ...'

'നിന്നോടല്ലേടാ പട്ടീ പറഞ്ഞത് ഇല്ലെന്ന്.'

നിശ്ശബ്ദത...നിശബ്ദത.

കേട്ടത് തിരിച്ചറിഞ്ഞു വന്നപ്പോഴേക്കും രണ്ടു മിനുട്ട് സമയം പിടിച്ചു. ഞാൻ തലതിരിച്ചു നോക്കി. എന്നോട് പാലും വാങ്ങിക്കുടിച്ച് എന്റെ കൈക്കു തന്നെ കൊത്തിയ സന്തോഷത്തിൽ ആ മൂർഖൻകുഞ്ഞ് ഓഫാ യി കിടക്കുകയാണ് കിടക്കയിൽ.

രാവിലെ എണീറ്റപ്പോ കുളിച്ച് സുന്ദരിയായ ഭാര്യ ചായയുംകൊണ്ട് കാത്തുനിൽക്കുന്നു.

'സോറി മനുവേട്ടാ ഇന്നലെ ഉറങ്ങിപ്പോയി. നമുക്കിന്ന് നോക്കിയാലോ?'

'വേണ്ട. ഞാൻ കുടി നിർത്തി.'

'അതെന്താ ഏട്ടാ.?'

'മദ്യപാനം ആരോഗ്യത്തിന് ശരിക്കും ഹാനികരമാണെന്ന് ഇപ്പോഴാ മോളെ എനിക്കു മനസ്സിലായത്. അത്രേയുള്ളൂ.'

ഗ്ലാസും പിടിച്ച് വലിയ കണ്ണുകളിൽ നിഷ്ക്കളങ്കതയുമായി അന്തം വിട്ടുനിൽക്കുന്ന അവളെ നോക്കാതെ മെല്ലെ കേറിയിങ്ങു പോന്നു ഞാൻ.

അഭയം

കായലിനരികിലായി വലിയൊരു മതിൽക്കെട്ട്. ഗേറ്റിനുപുറത്ത് വലിയ ബോർഡ്.

'തണൽ വൃദ്ധമന്ദിരം'

പഴയ മാതൃകയിലുള്ള ആ വലിയ നാലുകെട്ടിലേക്ക് സിബി കാറോടിച്ചു കയറ്റി. അയാളുടെ മുഖത്ത് പരിഭ്രമം ദൃശ്യമായിരുന്നു. അരികിലായി ഇരുന്ന ഭാര്യ സൈറയും നല്ല ടെൻഷനിലാണെന്ന് മുഖം കണ്ടാൽ അറിയാം. ബാഗിൽനിന്ന് കർച്ചീഫെടുത്ത് മുഖം ഒന്നുകൂടെ അമർത്തി തുടച്ച് അവൾ ഭർത്താവിനോട് ചോദിച്ചു.

'സിബിച്ചാ...പപ്പ നമ്മുടെ കൂടെ വരില്ലേ?'

നിശ്ശബ്ദത മാത്രമായിരുന്നു അവന്റെ മറുപടി.

സന്ദർശകർക്കായി കായൽക്കരയിൽ ഒരുക്കിയ ഇരിപ്പിടങ്ങൾക്കരികിലേക്ക് അയാൾ പതുക്കെ നടന്നു. സിമന്റു ബെഞ്ചിൽ അസ്വസ്ഥരായി ഇരിക്കുന്ന മകനെയും മരുമകളെയും കണ്ട് ഒരു നിമിഷം അയാൾ പകച്ചുനിന്നു. കഴിഞ്ഞ മൂന്നുവർഷമായി അയാൾ അവരെ കണ്ടിട്ടില്ല.

ഇവിടെ എത്തിയ ആദ്യത്തെ ഒരുവർഷം ആകാംക്ഷയോടെയും ഒരു പിതാവിന്റെ നെഞ്ചുരുകുന്ന തീവ്രസ്നേഹത്തോടെയും മകനായി കാത്തിരുന്നു. ഓരോ വണ്ടിയുടെയും ശബ്ദം അവന്റേതായിരിക്കണേ എന്ന് നിശ്ശബ്ദമായി പ്രാർത്ഥിച്ചു. പതുക്കെ പതുക്കെ ആ വേദനയുടെ സ്ഥാനത്ത് നിസ്സംഗത ബാക്കിയായി. ഇപ്പോൾ ഈ പ്രതീക്ഷിക്കാത്ത വേളയിൽ അവൻ കൺമുന്നിൽ.

കുറ്റബോധത്തിന്റെയും പശ്ചാത്താപത്തിന്റെയും നിമിഷങ്ങൾ കഴിഞ്ഞുപോയിരിക്കുന്നു.

കുനിഞ്ഞ ശിരസ്സുമായി നിൽക്കുന്ന മകന്റെ തലയിൽ വിരലോടിച്ച് അയാൾ പറഞ്ഞു.

'ശരിയെടാ മക്കളെ. മമ്മിക്കും സന്തോഷമാകും. ആദ്യം അവളോട് പറയട്ടെ.'

അയാൾ ഉള്ളിലേക്ക് നടന്നു.

'പപ്പാ...' പുറകിൽ മകന്റെ വിളി.

ഐസക് അച്ചായൻ പതുക്കെ തിരിഞ്ഞു.

'എന്തെടാ മക്കളേ?' മകന്റെയും മരുമകളുടെയും മുഖത്തേക്കു അയാൾ മാറിമാറി നോക്കി.

'അതു പിന്നെ പപ്പാ...തൽക്കാലം മമ്മി ഇവിടെ നിൽക്കട്ടെ. പപ്പക്കറിയാലോ സൈറക്ക് പേടിയാണ്. വീട്ടിൽ കുട്ടികൾ ഇല്ലേ. മാറി എന്നു പറഞ്ഞാലും ക്ഷയം ഒരിക്കൽ വന്നവരിൽ അണുക്കൾ ബാക്കിയുണ്ടാവില്ലേ. എല്ലാവരുടെയും കൂടെ കൂടുമ്പോൾ ശ്രദ്ധിക്കണം. അടുത്ത വർഷം മമ്മിയെ കൊണ്ടുപോകാം നമുക്ക്.'

'അപ്പോഴേക്കും മമ്മി ചത്തൊഴിയും എന്ന് നിന്റെ കെട്ട്യോള് പറഞ്ഞോടാടാ മക്കളേ'

ജുബ്ബായക്ക് മുകളിലൂടെ കൈകെട്ടി മുഖത്ത് പുച്ഛച്ചിരിയോടെ അയാൾ ചോദിച്ചു.

ഒറ്റനിമിഷം കൊണ്ട് പപ്പയുടെ മുഖത്തുവന്ന മാറ്റം അവരെ അമ്പരപ്പിച്ചു.

'മൂന്നുകൊല്ലം മുമ്പും അവൾ ചുമച്ചതും മുറ്റത്ത് തുപ്പിയതും ഒക്കെ ത്തന്നെയായിരുന്നല്ലോ നിങ്ങടെ പ്രശ്നം. അന്നും ഡോക്ടർ പറഞ്ഞല്ലോ അവൾക്ക് പൂർണ്ണസുഖമാവും, ആറുമാസംകൊണ്ട് എന്ന്. എന്നിട്ട് നിങ്ങൾ കേട്ടോ. ഇല്ലാലോ. മൂന്നുവർഷമായി കൂടെയുള്ള എനിക്ക് ഈ നിമിഷം വരെയും പകരാത്ത അസുഖമാണോടാ ഇനി നിന്റെ കെട്ട്യോൾക്കും മക്കൾക്കും പകരാൻ പോകുന്നത്?'

കയ്യിൽ ഒരു ബാഗുമായി അങ്ങോട്ടേക്കുവന്ന മമ്മിയെ കണ്ട് സിബിയുടെ മുഖം വിയർത്തൊഴുകി. മമ്മി പോകാൻ തയ്യാറായാണോ വന്നത്? അയാൾ ദയനീയമായി ഭാര്യയുടെ കോപം ജ്വലിക്കുന്ന കണ്ണിലേക്കു നോക്കി.

വെളുത്തു മെലിഞ്ഞ ആ സ്ത്രീ രൂപം പുഞ്ചിരിയോടെ പതുക്കെ ഭർത്താവിന്റെ പുറകിൽ വന്നു നിന്നു. അയാൾ പതുക്കെ അവരുടെ കൈയിൽ പിടിച്ച് തന്നോടു ചേർത്തുനിർത്തി.

'ഡാ മക്കളെ, ഇരുപത്തിയേഴു കൊല്ലം വിശ്രമമില്ലാതെ പണിയെടുത്തവൾ ആണെടാ ഇവൾ. അന്നൊക്കെ പപ്പയുടെ ബിസിനസ്സ് ഒരുവകയായിരുന്നു. നിന്റെയും മോളമ്മയുടെയും ഫീസടക്കാൻ ശമ്പളം തികയാതായതോടെ രാവിലെയും വൈകിട്ടും പിള്ളേർക്ക് ട്യൂഷൻ എടുത്തിട്ടുണ്ട് ഇവൾ. ഇക്കണ്ട കാലം മൊത്തം ചോക്കുപൊടിയും ശ്വസിച്ചു. തീരാത്ത അലർജിയും കൊണ്ടാണ് ഇവൾ ചങ്കുപൊട്ടി പിള്ളേരുടെ മുന്നിൽ മണിക്കൂറുകളോളം പഠിപ്പിച്ചത്. അതിന്റെ ബാക്കിപത്രമായി വയസ്സാംകാലത്തു രോഗം വരുമ്പോൾ തള്ളയും കൂടെ ഇരിക്കുന്ന തന്തയും നിനക്കൊക്കെ ശല്യം അല്ലേ?'

മകന്റെ മുന്നിൽ വന്നുനിന്ന് അയാൾ ജുബ്ബയുടെ പോക്കറ്റിൽനിന്ന് ഒരു കവർ വലിച്ചെടുത്തു. പിന്നെ അവന്റെ കൈ പിടിച്ച് അതിലേക്കു വച്ചുകൊടുത്തു. പകച്ചുനിൽക്കുന്ന മരുമകളുടെ മുഖത്തേക്കു നോക്കി അയാൾ തുടർന്നു.

'മകളേ, എനിക്കറിയാമായിരുന്നെടീ നിങ്ങൾ എന്നെ കൊണ്ടുപോകാൻ വരും എന്ന്. ബിസിനസ്സ് പൊളിഞ്ഞതും കേസായതും കോടതിയിൽ ഈ മാസം കാശു കെട്ടിയില്ലേൽ അവൻ ജയിലിൽ പോകും എന്നും മാത്തച്ചൻ വന്നപ്പോ പറഞ്ഞാരുന്നു. അപ്പന്റെ പേരിലുള്ള ഡെപ്പോസിറ്റ് ആർക്കുമില്ലെന്ന് അന്ന് ഞാൻ പറഞ്ഞപ്പോൾ ബാക്കിയെല്ലാം എഴുതിക്കിട്ടിയ സന്തോഷത്തിൽ നിങ്ങൾ മിണ്ടിയില്ല. എല്ലാം മുടിപ്പിച്ചപ്പോൾ അപ്പനെയും അപ്പന്റെ കാശും ഓർമ്മ വന്നു അല്ലേ. ഒറ്റ ചില്ലി തരില്ലായിരുന്നു ഞാൻ. നിന്റെ മമ്മിയുടെ പട്ടിണിയും കണ്ണീരും കണ്ടു മാറ്റിയതാ ആ തീരുമാനം. എന്നിട്ടും നീയൊക്കെ എന്താ തിരിച്ചുകൊടുത്തത് ഇപ്പോഴും...'

കാൽക്കൽ വീണ് പൊട്ടിക്കരയുന്ന മകന്റെ അരികിൽ ചേർന്നിരുന്നു ലിസി ടീച്ചർ.

പിന്നെ അവന്റെ മുടിയിൽ തലോടി.

കണ്ണീരും ഗദ്ഗദവും അവരുടെ തൊണ്ടയിൽ കുടുങ്ങി. അവന്റെ വളർച്ചയുടെ ഓരോ നിമിഷവും അവരുടെ കൺമുന്നിലൂടെ ഒരു സിനിമയിലെന്നപോലെ കടന്നുപോയി. പന്ത്രണ്ടുവയസ്സുവരെ തണുപ്പടിച്ചാൽ ആസ്ത്മ കൂടി..പുലരുംവരെ ഉറങ്ങാതെ ബെഡ് മടക്കി അതിൽ ചാരി ഇരുത്തി ആവി കൊള്ളിച്ച് നേരം വെളുപ്പിച്ചത്. പതിനാറുവയസ്സുള്ളപ്പോ അപ്പന്റെ സ്കൂട്ടർ എടുത്ത് ഓടിച്ച് ജീപ്പുമായി കൂട്ടിയിടിച്ച് രണ്ടു കാലും പൊട്ടി കിടന്ന കിടപ്പിൽ ആറുമാസം അച്ചായനും താനും മാറിമാറി കൂടെയിരുന്ന് മലവുംമൂത്രവും കോരി. ഇഷ്ടപ്പെട്ടതൊക്കെ ആ മുറിയിൽ ഒരുക്കി അവന്റെ കൂടെ നിന്നത്.

അവന്റെ വളർച്ചയുടെ പടവുകൾ...പ്രണയം..വിവാഹം...കുഞ്ഞുങ്ങൾ.. ഒടുവിൽ അറപ്പോടെ ദൂരെനിന്നു തന്നെ നോക്കിയ ആ ദിവസങ്ങൾ.

അവരുടെ കണ്ണുകൾ നിറഞ്ഞൊഴുകി.

'സിബിക്കുട്ടാ എണീക്ക് മോനേ. മമ്മിക്ക് മക്കളോട് ഒരു പിണക്കവും ഇല്ല. ഇവിടെ ഞങ്ങൾക്ക് സുഖമാണ്. ഒരുപാടു പേരുടെ വലിയ ദുഃഖങ്ങൾക്കിടയിൽ എത്തുമ്പോഴാണ് നമ്മുടെ ദുഃഖങ്ങൾ എത്ര ചെറുതായിരുന്നു എന്നു നാം അറിയുക.'

അവർ അരുമയോടെ മകന്റെ മുഖം പിടിച്ചുയർത്തി സാരിത്തുമ്പു കൊണ്ടു തുടച്ചു. പതുക്കെ അവനെ പിടിച്ച് കൂടെ എഴുന്നേറ്റു.

പരാജിതയായി തളർന്നുനിൽക്കുന്ന സൈറയെ അവർ കൈകാട്ടി വിളിച്ചു. ഒരു ഏങ്ങിക്കരച്ചിലോടെ അവൾ അവരുടെ നെഞ്ചിലേക്ക് ചേർന്നുനിന്നു.

കായൽക്കാറ്റ് അവരെ തഴുകി കടന്നുപോയി. ഐസക് അച്ചായൻ പുഞ്ചിരിയോടെ അതും നോക്കിനിന്നു.

'അവസാനമായി ഒന്നുകൂടെ യാചിക്കയാ. മമ്മി ഞങ്ങളുടെ കൂടെ വരില്ലേ. ഒരിക്കലും പഴയ സിബിയും സൈറയും ആവില്ലിനി ഞങ്ങൾ.'

വണ്ടിയുടെ അരികിൽ നിന്നുകൊണ്ടുള്ള സിബിയുടെ അവസാന ശ്രമവും പുഞ്ചിരിയോടെ ലിസിടീച്ചർ കേട്ടുനിന്നു.

പിന്നെ അവന്റെ ചുമലിൽ പിടിച്ച് പറഞ്ഞു.

'ഇവിടെ ഇപ്പോൾ ഞങ്ങൾക്ക് സുഖമാണ് മക്കളെ. ഒരുപാടുപേരുണ്ട് ഇവിടെ. ഓരോരുത്തരും അവരവർക്കു പറ്റുന്ന ചെറിയ പണികൾ ചെയ്യും. അതിൽനിന്നും വരുമാനവും ഉണ്ട്. അവിടെ ആവുമ്പോ നീയും ഇവളും ഓഫീസിലും മക്കൾ ഹോസ്റ്റലിലും. അവിടെ തനിച്ചിരിക്കുന്നതിനേക്കാൾ നല്ലതല്ലേ മക്കളേ ഇത്. ഇടയ്ക്കിടെ കുഞ്ഞുങ്ങളേയും കൂട്ടി വന്നാൽ മാത്രം മതി.'

പിന്നെ ഈ ബാഗ്, ഇന്ന് ഇവിടെ നിന്ന് ഞങ്ങൾ എല്ലാവരും ചെറിയൊരു പിക്നിക്കിന് പോകുന്നുണ്ട്. അതിന്റെ ഒരുക്കം കഴിഞ്ഞു വരുമ്പോഴാ നിങ്ങളെ കണ്ടത്. അല്ലാതെ മമ്മി ബാഗൊരുക്കി വന്നതല്ല. ആ വിഷമം വേണ്ട നിങ്ങൾക്ക്.'

കാർ വളവു തിരിഞ്ഞുപോകുന്നതും നോക്കിനിൽക്കുന്ന ലിസിടീച്ചറുടെ ചുമലിൽ പിടിച്ച് ഐസക് സാർ ചോദിച്ചു.

'ഞാൻ അറിയാത്തൊരു പിക്നിക്ക്. എന്തിനാടീ ലിസിയമ്മ ഇങ്ങനെ...'

വാക്കുകൾ തൊണ്ടയിൽ കുടുങ്ങി അയാൾ വേദനയോടെ നോക്കി അവരെ. തല തിരിക്കാതെ റോഡിലേക്കു നോക്കി കല്ലിച്ച ശബ്ദത്തിൽ അവർ പറഞ്ഞു.

'ശരിയാ അച്ചായാ. മക്കൾ കൊണ്ടുപോകാൻ വന്നതറിഞ്ഞ് തന്നെയാ ബാഗൊരുക്കി വന്നത്. പക്ഷെ, ഇപ്പോ അവരിലുണ്ടായ പശ്ചാത്താപവും സ്നേഹവും ഈ കാശു തീരുമ്പോൾ തീർന്നുപോയാൽ...ഇനിയും എനിക്കു വയ്യ അച്ചായാ. ഇടയ്ക്കെങ്കിലും സ്നേഹത്തോടെയുള്ള വരവും സംസാരവും ഉണ്ടാവുമല്ലോ എന്ന പ്രതീക്ഷ മതി എനിക്കിനി മരണം വരെ ജീവിക്കാൻ.'

അയാൾ പതുക്കെ അവരെ തന്നിലേക്കു ചേർത്തുപിടിച്ചു.

തീവ്രവേദനയാൽ പിടയുന്ന ഹൃദയമുരുകി ഒഴുകിയ കണ്ണുനീർത്തു

ള്ളികൾ വീണ് നനഞ്ഞ ആ മുഖം സ്വന്തം നെഞ്ചിലേക്ക് ചേർത്തണച്ചു അയാൾ പറഞ്ഞു.

'ശരിയാ ലിസാമ്മേ. നീ പറഞ്ഞതാ അതിന്റെ ശരി. അല്ല, നീയാണ് ശരി. ഇനിയെത്ര കാലം അറിയില്ല. എങ്കിലും ഇനിയുള്ള കാലം നമുക്കു നമ്മൾ മതിയെടീ.'

കായലിലെ തണുത്ത കാറ്റ് ആ വൃദ്ധദമ്പതികളുടെ മേൽ ഒരു സാന്ത്വനമാവാൻ വെറുതെ പരിശ്രമിച്ചുകൊണ്ടേയിരുന്നു അപ്പോഴും.

രണ്ടു വിധവകൾ

'നിനക്കു ദൈവം അത്രയേ വിധിച്ചിട്ടുള്ളു എന്നോർത്ത് ആശ്വസിക്കൂ മോളേ.'

'ശരിയാ. അല്ലെങ്കിൽ ഈ ചെറുപ്രായത്തിലേ അവനെയങ്ങു വിളിക്കുമായിരുന്നോ?'

കഴിഞ്ഞ ഏഴുദിവസമായി കേട്ടു മരവിച്ച വാക്കുകൾ. ഓരോരുത്തരായി ആശ്വാസവാക്കിന്റെ രൂപത്തിൽ ഹൃദയത്തിലേക്ക് വീണ്ടും വീണ്ടും കുത്തുകയാണ്. മനസ്സിലിപ്പോൾ ഒന്നും തോന്നുന്നില്ല. മരവിച്ച തണുപ്പു മാത്രം.

വലതുവശത്തെ ടേബിളിൽ ഇരുന്ന് ഒന്നും അറിയാതെ ജെറി പുഞ്ചിരിക്കുന്നു. ഇനിയൊരിക്കലും എനിക്കു കാണാനാവില്ല ഈ ഭൂമിയിൽ ആ മന്ദഹാസമിനി.

കഴിഞ്ഞ വെള്ളിയാഴ്ച പുലർച്ചെ ഫ്ളൈറ്റിന് സമയമായതിനാൽ എയർപോർട്ടിലേക്ക് വേഗതയിൽ പോയിക്കൊണ്ടിരുന്ന കാറിന്റെ മുൻടയർ ഊരിത്തെറിച്ചപ്പോൾ നിയന്ത്രണം വിട്ടുപോയ കാറും അതിലെ രണ്ടു ജീവനും എതിരെ വന്ന ട്രെയിലറിനടിയിൽ തീർന്നു.

സിംഗപൂരിൽ കമ്പനി സംഘടിപ്പിച്ച കോൺഫറൻസിൽ പങ്കെടുക്കാനുള്ള യാത്രയായിരുന്നു ജെറിയും കൂട്ടുകാരനും സഹപ്രവർത്തകനുമായ സിറിളും. ജീവിതത്തിലും മരണത്തിലും അവർ ഒന്നിച്ചായി.

ഒരാഴ്ചയാവുന്നു ഇപ്പോൾ.

ആദ്യത്തെ മൂന്നുദിവസം ഹോസ്പിറ്റലിൽ. പിന്നീട് ഫ്ളാറ്റിൽ. ആരൊക്കെയോ വരുന്നു. ആശ്വസിപ്പിക്കുന്നു. മടുത്തു തുടങ്ങിയിരിക്കുന്നു. സഹതാപം നിഴലിക്കുന്ന നോട്ടങ്ങളിൽ നിന്ന് എങ്ങോട്ടെങ്കിലും ഓടിയൊളിക്കാൻ എന്റെ ഉള്ളം കൊതിക്കുന്നുണ്ടായിരുന്നു.

വാതിൽക്കൽ ഒരു നിഴലനക്കം. തല ഉയർത്താൻ തോന്നിയില്ല. ആരോ അടുത്തു വന്നിരുന്നു. ചുമലിൽ സ്പർശിച്ചു.

'ചേച്ചീ...' ലയയുടെ അടഞ്ഞ ശബ്ദം.

ഇളംനിറത്തിലുള്ള കോട്ടൺസാരി കഴുത്തിലൂടെ വാരിപ്പുതച്ചിരിക്കുന്നു. കണ്ണീർ വറ്റിയ കൺതടങ്ങൾ. ഒഴിഞ്ഞ കഴുത്തും കൈത്തണ്ടകളും.

സിറിളിന്റെ കൂടെ പ്രസരിപ്പോടെ പൊട്ടിച്ചിരിച്ചുകൊണ്ട് ഓരോ പ്രാവശ്യവും വരാറുള്ള സുന്ദരിക്കുട്ടിയിൽനിന്നും വിധവയായ ലയയിലേക്ക് ഉള്ള മാറ്റം നോക്കിയിരിക്കെ ഹൃദയത്തിലൂടെ തണുത്ത ഒരു വിറയൽ കടന്നുപോകുംപോലെ തോന്നിയെനിക്ക്.

'അച്ചായന്റെ കല്ലറയിൽ പോയി വരികയാണ്. ചേച്ചിയെ ഒന്നു കാണണമെന്നു തോന്നി.'

അവളെന്റെ ശൂന്യമായ കൈത്തണ്ടയിൽ കൈ ചേർത്തുവച്ചു. ചുറ്റിനും ആരൊക്കെയോ നിന്നു നോക്കുന്നു. രണ്ടുവിധവകളുടെ ദുഃഖത്തിന്റെ ആഴം അളക്കാൻ കാത്തുനിൽക്കുന്നവർ.

പെട്ടെന്നവളെന്റെ ചുമലിലേക്ക് തല ചായ്ച്ച് പൊട്ടിക്കരഞ്ഞു.

നെഞ്ചിനുള്ളിൽ ഒരു വലിയ ഭാരം വച്ചതുപോലെ...അതു തൊണ്ടക്കുഴിയിലേക്ക് കയറിവരുന്നു. അറിയാതെ എന്റെയുള്ളിൽ എന്തോ വിങ്ങി. നിയന്ത്രണത്തിന്റെ അവസാനത്തെ ചരടും പൊട്ടിച്ചുകൊണ്ട് ഉള്ളിൽനിന്നും ആർത്തലച്ചുവന്ന കണ്ണീരോടെ ഞാനവളെ മുറുകെ പുണർന്ന് പൊട്ടിക്കരഞ്ഞു.

ചുറ്റിനും നിൽക്കുന്ന പാദങ്ങൾ ഓരോന്നായി മുറിയിൽനിന്നും പുറത്തേക്കിറങ്ങി.

ആരോ വാതിലടക്കുന്നു. ജീവിതം തുടങ്ങുംമുമ്പേ തന്നെ നിറങ്ങൾ മാഞ്ഞുപോയ രണ്ടുപേർക്ക് അവരുടെ ദുഃഖങ്ങൾ പങ്കുവെച്ച് കരഞ്ഞു തീർക്കാൻ സൗകര്യമൊരുക്കി പുറത്തേക്ക് പോയതാവാം.

എന്റെയുള്ളിലെ വിങ്ങിപ്പിടയുന്ന ആത്മാവിലേക്കു ഒരു സാന്ത്വനമായി അവളെന്നെ മുറുകെ പുണർന്നു. എത്ര നേരമെന്നറിയില്ല. ഏങ്ങലുകൾ ബാക്കിയായി.

'കൊല്ലേണ്ടിയിരുന്നോ ചേച്ചീ?'

പ്രതീക്ഷിച്ച ചോദ്യമായിരുന്നെങ്കിലും എന്റെയുള്ളിലൂടെ ഒരു മിന്നൽപ്പിണർ പുളഞ്ഞുകയറിപ്പോയി.

'വേണമെന്ന് വിചാരിച്ചിട്ടല്ല. എന്തെങ്കിലും അപകടം അത്രയേ വിചാരിച്ചുള്ളു. പക്ഷെ ഇപ്പോൾ തോന്നുന്നു നന്നായെന്ന്. ഇതിൽ കൂടുതൽ വയ്യെനിക്ക്. അറപ്പാകുന്നു. മുഖം കാണുമ്പോൾമുതൽ അലക്കുന്ന അയാളുടെ വസ്ത്രങ്ങളോടു വരെ. എത്രകാലം നമ്മളിങ്ങനെ...ഇനിയും വയ്യ.'

എന്റെയുള്ളിൽ അറപ്പുളവാക്കുന്ന രണ്ടു നിഴലുകൾ മിന്നിപ്പുളഞ്ഞു.

ഓരോ പ്രാവശ്യവും വീട്ടിൽ കമ്പനി ചർച്ചകൾ നടക്കുന്ന റൂമിനു വെളിയിൽ ഉള്ളിലെ സീൽക്കാരങ്ങൾ പരസ്പരം കേൾക്കാതിരിക്കാൻ സംസാരിച്ച രണ്ടുയുവതികൾ.

നിസ്സഹായരായ നാട്ടിൻപുറത്തെ ദരിദ്ര കുടുംബത്തിൽനിന്നും ദൈവാ

നുഗ്രഹത്താൽ കോടീശ്വരന്മാരായ സുഹൃത്തുക്കളുടെ ഭാര്യാപദം അലങ്കരിക്കുന്ന രണ്ടു സുന്ദരികൾ.

ഈവനിംഗ് ക്ലാസ് കഴിഞ്ഞുവന്ന് ഡോർ തുറന്നപ്പോൾ പുളയുന്ന നിഴലുകളിൽ ഒന്നിന്റെ അരക്കെട്ടിൽനിന്നും ഉയർന്ന ദാഹാർത്തമായ ജെറിയുടെ മുഖം. ആദ്യമായാണ് അങ്ങനെയൊരു കാഴ്ച ജീവിതത്തിൽ.

എനിക്ക് വീണ്ടും ഛർദ്ദിക്കാൻ തോന്നി.

ലയയെ തള്ളിമാറ്റി വാഷ് ബേസിനിലേക്ക് മുഖം കുനിച്ച് നിർത്താതെ ഛർദ്ദിച്ചു ഞാൻ.

മുഖം കഴുകി തിരിയുമ്പോൾ ലയ വാതിൽ തുറക്കുകയായിരുന്നു.

ഇനി?

ഒരുനിമിഷം വാതിൽക്കൽത്തന്നെ നിന്ന് അവൾ, പതുക്കെ ഉറച്ച ശബ്ദത്തിൽ പറഞ്ഞു.

'ഒരു വിവാഹം കഴിക്കണം. പണമോ സൗന്ദര്യമോ ഉയർന്ന ജോലിയോ ഒന്നുമില്ലെങ്കിലും ആണായിരിക്കണം.'

തിരിഞ്ഞുനോക്കാതെ തലയിലൂടെ സാരിത്തലപ്പ് വലിച്ച് പുതച്ച് പതുക്കെ ഇറങ്ങിപ്പോയവൾ.

പക്ഷെ, എനിക്കവളുടെ മുഖം കാണാമായിരുന്നു.

അതെന്റെ മുഖം തന്നെയായിരുന്നു.

അഭിസാരികയുടെ പുത്രി

സന്ധ്യയുടെ ചുവപ്പ് ആ മൾബറി പാടത്തിലേക്കും വ്യാപിച്ചുതുടങ്ങിയിരുന്നു. അതിനരികിൽ പുരാതനരീതിയിൽ പണി തീർത്ത സാധാരണക്കാർ മാത്രം താമസിക്കുന്ന ഒരുപാട് പഴയ കെട്ടിടങ്ങൾ അടങ്ങിയ ആ തെരുവിലേക്കുള്ള വഴിയിൽ അവർ രണ്ടുപേർ മാത്രം.

ഹൃദയവേദനയോടെ അവൾ പറഞ്ഞു.

'എല്ലാം അറിയുന്ന അങ്ങയോട് ഇനിയും യാചിക്കാൻ എനിക്കു കഴിയില്ല പ്രിയനേ. അവിടുന്ന് കാണുന്നില്ലേ എന്റെ വേദന. ഇനിയും എത്ര നാൾ?'

'ബെല്ല...പ്രിയപ്പെട്ടവളെ, എന്നെക്കാൾ ഞാൻ നിന്റെ പ്രണയത്തെ വിശ്വസിക്കുന്നു. എങ്കിലും നിന്നെ എന്റെ ജീവിതത്തിലേക്ക് കൈപിടിക്കും മുമ്പ് എന്റെ പിതാവിന്റെ അനുവാദം വാങ്ങിക്കണം എനിക്ക് പക്ഷെ.'

'ഓ ആൽബർട്ട്...പ്രിയപ്പെട്ടവനെ...എനിക്ക് കാണാം നിന്റെ ഹൃദയം. അഭിസാരികയുടെ മകളെ പ്രണയിക്കുന്നു എന്ന് ഒരിക്കലും അങ്ങയുടെ പിതാവിനോട് പറയുവാൻ അങ്ങേക്കു കഴിയുകയില്ല. പ്രഭു ഒരിക്കലും അത് അംഗീകരിക്കുകയുമില്ല.'

'അദ്ദേഹം ആൽബർട്ടിന്റെ പിതാവു മാത്രമല്ല. ഈ പട്ടണത്തിന്റെ പ്രഭു കൂടിയല്ലേ ബെല്ലാ.'

'ഏകമകനായ എനിക്കുവേണ്ടി എന്റെ മാതാവിന്റെ മരണശേഷം ജീവിതം ഉഴിഞ്ഞുവച്ച മഹാനാണദ്ദേഹം.'

'എല്ലാവർക്കും മാതൃകയായ അദ്ദേഹം സ്വന്തം പുത്രൻ ഒരു അഭിസാരികയുടെ പുത്രിയെ വിവാഹം ചെയ്യുന്നത് സഹിക്കില്ല. ആ വേദന അദ്ദേഹത്തിൽ ചൊരിയാൻ എന്റെ ഹൃദയം അനുവദിക്കുന്നില്ല. എങ്കിലും നിന്റെ പ്രണയം ഉപേക്ഷിക്കുവാൻ ഒരുക്കമല്ല ഞാൻ. ഏറ്റവും അടുത്ത സന്ദർഭത്തിൽ തന്നെ സംസാരിച്ച് ഉചിതമായ തീരുമാനവുമായി വരും ഞാൻ. എനിക്കുവേണ്ടി പ്രാർത്ഥനയോടെ കാത്തിരിക്കില്ലേ ബെല്ലാ... എന്റെ പ്രിയേ...'

'തീർച്ചയായും പ്രിയനേ. എല്ലാമറിയുന്ന ദൈവം നമ്മെ അകറ്റുകയില്ല. പ്രഭുവിന്റെ മനസ്സിൽ അദ്ദേഹം അത്ഭുതം പ്രവർത്തിക്കും. കാരണം,

ഇപ്പോൾ എന്റെ മാതാവ് അഭിസാരികയല്ല. അതുകൊണ്ടല്ലേ ഈ തെരുവിലെ അസാന്മാർഗ്ഗികളെ എല്ലാം ഒഴിപ്പിച്ചപ്പോഴും പ്രഭു ഞങ്ങളിൽ കൃപ ചൊരിഞ്ഞത്.'

തന്റെ മുന്നിൽ മുട്ടുകുത്തിയ ബെല്ലയെ അവൻ സ്നേഹത്തോടെ നോക്കി. പരമ്പരാഗത രീതിയിൽ കഴുത്തിൽ പൂക്കൾ തുന്നിയ ഒരു നീളൻ ഉടുപ്പാണ് അവൾ ധരിച്ചിരുന്നത്. എങ്കിലും അവളുടെ സൗന്ദര്യം അതിൽ ജ്വലിച്ചുനിന്നു.

ഇളംനീലനിറമുള്ള സ്കാർഫിനാൽ മൂടപ്പെട്ട അവളുടെ സ്വർണ്ണനിറമുള്ള നിബിഡമായ മുടിച്ചുരുൾ നിലത്തേക്ക് ഒഴുകിക്കിടന്നു. നെറ്റിയിലേക്ക് അലസമായി വീണു കിടന്ന മുടിയിഴകൾ.

അവളുടെ കവിളുകൾക്ക് പഴുത്ത ഓറഞ്ചിന്റെ നിറമായിരുന്നു. ചുവന്നുതുടുത്ത മൾബറിയുടെ നിറമായിരുന്നു ചുണ്ടുകൾക്ക്. അവളുടെ വിടർന്ന നീൾനീല മിഴികളിൽ പ്രണയത്തേക്കാൾ തന്നിലുള്ള വിശ്വാസവും പ്രാർത്ഥനയും നിറഞ്ഞുനിൽക്കുന്നതും നോക്കി അവളുടെ കൺപീലിയിൽ തുളുമ്പിനിന്ന നീർമുത്തിനെ ഒന്നു തൊടാൻപോലും മറന്ന് പ്രണയാർദ്രമായ മനസ്സോടെ നിന്നുപോയി അവൻ.

ആ പഴയ സെമിത്തേരിയിൽ അവൾ തനിച്ചായിരുന്നു.

നിസ്സംഗമായ മുഖത്തോടെ പുതുമണ്ണിനരികിൽ അവൾ ഇരുന്നു.

ഈ ലോകത്ത് നടക്കുന്ന ഒന്നും അറിയാത്ത മനസ്സുമായി. ആപ്പിൾ മരങ്ങൾ നിറഞ്ഞ വഴിയരികിലൂടെ തന്റെ കുതിരവണ്ടിയിൽ ആൽബർട്ടോ വന്നിറങ്ങിയതും അറിയാതെ ആ മണ്ണിൽ മുഖം ചേർത്തുകിടന്നു അവൾ.

'ബെല്ലാ, പ്രിയപ്പെട്ടവളെ അല്പം വൈകിപ്പോയി. എന്നോട് ക്ഷമിക്കില്ലേ നീ. ഒരുപാടു ദൂരെനിന്ന് വരികയാണ് ഞാൻ. വരൂ പ്രിയേ...ഇനി നീ തനിച്ചല്ല. എന്റെ റാണിയായാണ് ഇനിയുള്ള നിന്റെ ജീവിതം. അതു കണ്ട് ആ പാവം മാതാവിന്റെ ആത്മാവ് സന്തോഷിക്കും. തനിച്ചാക്കി പോകില്ലിനി ഞാൻ.

ആപ്പിൾ പൂക്കളുടെ ഗന്ധമുള്ള കാറ്റ് അവളുടെ അഴിഞ്ഞുലഞ്ഞ മുടിയിഴകളെ തഴുകി കടന്നുപോയി. അരികിലായി....മുട്ടുകുത്തി ഇരിക്കുന്ന അവനെ മുഖമുയർത്തി നോക്കി അവൾ. അവളുടെ മുഖം മഞ്ഞുപോലെ വെളുത്തു മരവിച്ചിരുന്നു. പ്രണയത്തിന്റെ നീലസമുദ്രം വറ്റിപ്പോയ ആ മിഴിയിൽ കുറ്റബോധത്തിന്റെയും തീവ്ര വേദനയുടെയും ചുവപ്പുരാശി തെളിഞ്ഞുനിന്നു. അവന് തീർത്തും അപരിചിതമായ ശബ്ദത്തിൽ അവൾ പതുക്കെ ആരോടോ എന്നപോലെ വിദൂരതയിൽ നോക്കി സംസാരിച്ചുതുടങ്ങി.

'എല്ലാ തെറ്റുകൾക്കും മാപ്പു തരിക. ഇനിയെന്റെ ജീവിതം ദൈവ സേവയ്ക്കായി മാറ്റിവച്ചതാണ് ഞാൻ. ആ കാരുണ്യവാന്റെ പാദങ്ങളിൽ ആണ് ഇനി എനിക്കഭയം. ദയവായി പിൻവിളി വിളിക്കാതിരിക്കുക. ഇന്നലെ ഹൃദയം തകർന്ന എന്റെ മാതാവിനായി, അങ്ങേയ്ക്കായി ജീവിച്ച ആ പിതാവിനായി ദൈവനാമത്തിൽ ചെയ്ത പ്രതിജ്ഞയാണ ത്. അങ്ങേയ്ക്ക് പ്രിയങ്കരി ആയിരുന്ന ബെല്ല ഈ മണ്ണിനടിയിൽ എന്നെ ന്നേക്കുമായി ഉറങ്ങിക്കഴിഞ്ഞു. ദയവായി വിട തരിക.'

ഹൃദയം തകരുന്ന വേദനയോടെ തലകുനിച്ച് പടിക്കെട്ടുകൾ ഇറങ്ങി ഇരുൾമൂടിയ വഴിയിലേക്കിറങ്ങിപോകുന്ന അവനെ നോക്കി ആ വലിയ പള്ളിയുടെ അരികിൽ അവൾ നിശ്ചലയായി നിന്നു.

തണുത്ത കാറ്റിൽ ശരീരം തണുക്കുമ്പോഴും വെന്തുരുകുന്ന മനസ്സോ ടെ, 'ഈ പാപിയുടെ അരികിൽനിന്നും എത്രയും വേഗം ദൂരേക്കു പോ കൂ...ചെയ്തുപോയ തെറ്റുകളുടെ എല്ലാ ശിക്ഷയും ഈ ജന്മംകൊണ്ട് ഞാൻ തീർത്തുകൊള്ളാം. മകളുടെ മനസ്സറിഞ്ഞ ഞെട്ടലിൽ ഹൃദയം തകർന്ന അമ്മയുടെ ആത്മാവിന്റെ മോക്ഷത്തിനായി...ചെയ്തുപോയ തെറ്റിന്റെ പശ്ചാത്താപമായി ഈ ജന്മംമുഴുവൻ ആ സർവ്വശക്തന്റെ കാൽക്കീഴിൽ അഭയം തേടിക്കൊണ്ടേ ഇരിക്കാം ഞാൻ. പോകൂ.

ഞാൻ അറിയാതെ പോയ എന്റെ അർദ്ധസഹോദരാ...നീയെങ്കിലും കുറ്റബോധത്തിന്റെ തീച്ചൂളയിൽ പിടയാതെ ജീവിക്കുക. അറിയാതെ യെങ്കിലും മനസ്സ്കൊണ്ട് ചെയ്ത മഹാപാപം തീർക്കാനായി നിനക്കും കൂടി വേണ്ടിയാണ് ഈ സമർപ്പണം.'

അമ്മമാനസം

'എന്റെ മകളെ എനിക്ക് തിരിച്ചു തരൂ ചേച്ചീ...ചോദിക്കുന്നത് മഹാപാപമാണെന്നറിയാം. എങ്കിലും അവളെങ്കിലുമില്ലാതെ ഇനിയെങ്ങനെ ജീവിക്കും ഞാൻ?'

കഴിഞ്ഞ നാല്പത്തിയൊന്നു ദിവസങ്ങളായി ഭയപ്പെട്ടിരുന്ന നിമിഷങ്ങൾ വന്നുചേർന്നിരിക്കുന്നു. ഇനിയെന്ത് എന്നൊരു ചോദ്യം മനസ്സിൽ ബാക്കിയായിരിക്കുന്നു.

തളർന്ന ശരിസ്സ് തിരിച്ച് ഞാൻ ജയേട്ടനെ നോക്കി. ദൂരേക്കെവിടെയോ കണ്ണുനട്ട് എനിക്ക് പുറംതിരിഞ്ഞുള്ള നില്പ്പ് കണ്ടാലറിയാം ആ മനസ്സിലെ വിങ്ങൽ.

'അമ്മേ..ഈ മഞ്ചാടി ഭരണി കൂടി ന്റെ പെട്ടിയിൽ വെക്കണേ.'

തളത്തിൽനിന്ന് ഒരു കുഞ്ഞുഭരണിയുമായി മോള് കയറിവരുന്നുണ്ടായിരുന്നു. പോകാനുള്ള ഒരുക്കമെല്ലാം കഴിഞ്ഞിരിക്കുന്നു. കഴിഞ്ഞ പിറന്നാളിന് ജയേട്ടൻ വാങ്ങിക്കൊടുത്ത പട്ടുപാവാടയും ബ്ലൗസുമാണ് വേഷം. കൂടപ്പിറപ്പ് നഷ്ടമായതിന്റെ വേദന കണ്ണുകളിൽ ഉണ്ടെങ്കിലും പ്രസരിപ്പിന് കുറവൊന്നുമില്ല.

'മോളപ്പുറത്തേയ്ക്ക് ചെല്ല്. അമ്മ വരാം.'

കാര്യത്തിന്റെ ഗൗരവം മനസ്സിലായില്ലെങ്കിലും ഗൗരിച്ചെറിയമ്മയുടെ കണ്ണീർ കണ്ടതുകൊണ്ടാവാം അവൾ നിശ്ശബ്ദയായി പിന്തിരിഞ്ഞ് നടന്നുപോയത്.

ഏഴുവർഷങ്ങൾക്കുമുമ്പ് ഇവിടെവച്ചായിരുന്നു ഗൗരിയെന്ന എന്റെ അനുജത്തി ഗായത്രിയെന്ന ചേച്ചിയായ എന്നെ ജീവിതത്തിലേക്ക് തിരിച്ചുകൊണ്ടുവരാനായി നൊന്തു പ്രസവിച്ച ഇരട്ടപെൺകുഞ്ഞുങ്ങളിൽ ഒരാളെ കൈകളിലേക്ക് വച്ചുതന്നത്.

വിവാഹം കഴിഞ്ഞ് പതിനാറു വർഷത്തിനിടയിൽ പതിമൂന്ന് അബോർഷനും ജീവനറ്റു പിറന്ന രണ്ടുകുഞ്ഞുങ്ങൾക്കും ശേഷം ദൈവം അനുഗ്രഹിച്ചെന്ന് ആശ്വസിച്ച മൂന്നാമത്തെ കുഞ്ഞ്. പക്ഷെ, ആ സന്തോഷത്തിന് വെറും ഇരുപത്തിമൂന്ന് ദിവസത്തെ ആയുസ്സേയുണ്ടായിരുന്നുള്ളു. ആ ഞെട്ടിലിൽ മനസ്സിന്റെ പിടിവിട്ടുപോയ ചേച്ചിക്കായി അന്നവൾ ചെയ്ത ത്യാഗമാണ് ഇന്ന് തിരിച്ചുചോദിക്കുന്നത്.

കിടക്കയിലിരുന്ന് പൊട്ടിക്കരയുന്ന ഗൗരിയുടെ മുഖത്തു നോക്കി എങ്ങനെ പറയും ഞാൻ. നൊന്തു പെറ്റതല്ലെങ്കിലും എന്റെ മോളില്ലാതെ എനിക്കുമൊരു ജീവിതമില്ലെന്ന്.

'അമ്മൂട്ടി ഇനി ഇല്ലെന്നറിയാം ചേച്ചീ. ഉണ്ണിമോളെ എങ്കിലും എനിക്കു കാണണം മരിക്കുവോളം. ചേച്ചിയൊരുപാട് അനുഭവിച്ചതല്ലേ ഈ വേദന. എന്നെ ശപിക്കരുതേ.'

ശരിയാണ്.

തനിക്കിതൊക്കെ ശീലമായിരുന്നു ഒരുകാലത്ത്. വർഷംതോറും ഉള്ളിൽ കുരുക്കുന്ന ജീവനുകൾ പൊട്ടിയൊഴുകി മാംസക്കഷണങ്ങളായി പോകുമ്പോഴുള്ള വേദന ഉണ്ണിമോൾ ജീവിതത്തിലേക്ക് വരുന്ന നാൾവരെയും അനുഭവിച്ചതാണ്. പതിനാറുകുഞ്ഞുങ്ങൾക്കായി കരുതിവെച്ച സ്നേഹമാണ് പിന്നീടവൾക്കു നൽകിയത്.

ആറാംവയസ്സിൽ കൗതുകത്തോടെ കയ്യിലൊരു പാവക്കുട്ടിയുമായി എന്നോടൊപ്പം പടിയിറങ്ങിയ ഉണ്ണിമോൾക്ക് ഇന്ന് പതിനാലു വയസ്സായി. അന്നും ഇന്നും പോറ്റമ്മയാണെന്ന് അറിഞ്ഞുകൊണ്ടുതന്നെയാണ് അവൾ അമ്മേ എന്നു വിളിച്ചത്.

സ്കൂൾ ബസ്സിനുനേരെ പാഞ്ഞുകയറിയ ടിപ്പർ ലോറി കൊണ്ടുപോയത് നാലുകുഞ്ഞുങ്ങളുടെ ജീവിതമായിരുന്നു. അതിലൊന്ന് അമ്മുമോളാണെന്ന ഞെട്ടലിന്റെ നിമിഷംമുതൽ അറിയാതെ ഉള്ളു പിടഞ്ഞുകൊണ്ടേയിരുന്നു.

ഈയൊരു നിമിഷം വരാതിരിക്കാൻ പ്രാർത്ഥിച്ചു. പക്ഷെ, കൂടപ്പിറപ്പ് അന്നനുവദിച്ച ഭിക്ഷ ആണിന്ന് തിരിച്ചുചോദിക്കുന്നത്.

'മോളിപ്പോൾ വരേണ്ട. അമ്മ പോയിട്ട് വന്ന് കൊണ്ടുപോയ്ക്കോളാം.'

ഇനിയൊന്നും പറയാൻ വയ്യ. കണ്ണുനിറഞ്ഞു കാഴ്ചകൾ അവ്യക്തമാകുന്നു. തൊഴുകയ്യോടെ വിങ്ങിപ്പൊട്ടുന്ന ഗൗരിയുടെ കൈകളിൽ ഒന്നു തൊട്ടു. അരികിൽ ചിന്താഭാരത്തോടെ തന്നെയും നോക്കിനിൽക്കുന്ന മോളെ ഒന്നുകൂടി നോക്കിയില്ല. തളർന്നുവീഴുംമുമ്പേ ജയേട്ടൻ കൈകളിൽ പിടിച്ചിരുന്നു.

വീണ്ടും അനാഥരായിപ്പോയ രണ്ടു ജന്മങ്ങൾ.

കാറിനടുത്തേക്ക് ചേർത്തു നടത്തി ജയേട്ടൻ.

'അമ്മേ...'

വലംകൈ മോളുടെ കൈക്കുള്ളിൽ ആണ്. തിരിഞ്ഞുനോക്കിയില്ല. അവളെയൊന്നുകൂടി കണ്ടാലൊരു പക്ഷെ, വാരിയെടുത്തു പറന്നുപോകും. ചിറകുകൾക്കുള്ളിൽ ഒളിപ്പിച്ചുപോകും. അറിയാതെ.'

പരീക്ഷാസമയത്ത് അമ്മ നാട്ടിൽ വരുമ്പോൾ അച്ഛനുണ്ടെങ്കിലും അമ്മ അഴിച്ചിട്ടുപോയ സാരിയും കെട്ടിപ്പിടിച്ചേ ഞാൻ ഉറങ്ങിയിട്ടുള്ളു. ഇപ്പോ എന്തിനാണ് അമ്മയെന്നെ ഇവിടെ ഏല്പിച്ചുപോകുന്നത് എന്നെനിക്കറിയാം. പക്ഷെ, അമ്മയില്ലാതെ എനിക്ക് എത്രദിവസം ഇവിടെ നിൽക്കാനാവും?'

പറയുന്നതിനിടയിലൂടെ തന്നെ ഏങ്ങിക്കരയുന്നുമുണ്ട്.

കണ്ണീരൊഴുകി ഒന്നും കാണാനായില്ല എനിക്ക്. ദയനീയമായി ഞാൻ ഗൗരിയെ നോക്കി. നൊന്തു പ്രസവിച്ച ഒരു മകൾ മരിച്ച ഭ്രാന്തമായ വേദനയുടെ പിടിയിൽനിന്നും മുക്തി നേടാനുള്ള മൃതസഞ്ജീവിനിയാണ് അവൾക്കിപ്പോൾ അവളുടെ ജീവിച്ചിരിക്കുന്ന അടുത്തമകൾ. അറിഞ്ഞു കൊണ്ടെങ്ങനെ...?

ഞാൻ പതുക്കെ മോളുടെ കൈ വിടുവിച്ചു.

ഏങ്ങലോടെ അമ്മേയെന്നൊരു വിളിയായി അവളെന്റെ മാറിൽ പറ്റിച്ചേർന്നിരുന്നു അപ്പോഴേക്കും.

'ഗൗരിച്ചെറിയമ്മ ന്റമ്മയാണെന്ന് എനിക്കറിയാം. എന്നാലും എന്റമ്മയില്ലാതെ ജീവിക്കാനാവില്ലെനിക്ക്. എന്റച്ഛനടുത്തില്ലാതെ ഉറങ്ങാനാവില്ലമ്മേ എനിക്ക്.'

ചലിക്കാനാവാതെ നിന്ന എന്റെ മാറിൽനിന്നും ജയേട്ടൻ മോളെ വലിച്ചെടുത്തു നെഞ്ചിൽ ചേർത്ത് വിങ്ങിപ്പൊട്ടുന്നത് സ്വപ്നത്തിലെന്നപോലെ കണ്ടു ഞാൻ.

വലംകൈകൊണ്ട് മോളെയും ഇടംകൈകൊണ്ട് എന്നെയും നെഞ്ചിലേക്ക് ചേർത്ത് അദ്ദേഹം ഗൗരിയെ നോക്കി വിതുമ്പി.

മണിക്കൂറിന്റെ വിലയുണ്ടായിരുന്നു എന്തുചെയ്യണമെന്നറിയാതെ തളർന്നുപോയ നിമിഷങ്ങൾക്ക്.

ഗൗരി ഇറങ്ങിവരുന്നത് നിഴൽപോലെ കാണാമായിരുന്നു.

'മോളെ കൊണ്ടുപോയ്ക്കോളൂ ചേച്ചീ... ഒന്നു പ്രസവിച്ച അമ്മയുടെ സ്നേഹത്തേക്കാൾ ശക്തിയുണ്ടാവാം പതിനാല് മക്കളെ നഷ്ടപ്പെട്ട അമ്മയുടെ സ്നേഹത്തിന്. അവളെ വേദനിപ്പിച്ച് നമുക്കൊന്നും നേടണ്ട. വല്ലപ്പോഴും ചേച്ചി വരുമ്പോൾ കൂടെ കൂട്ടിയാൽ മതി. ഞങ്ങൾ കണ്ടോളാം.'

കാറിൽ കയറുംമുൻപേ ഞാനൊന്നു തിരിഞ്ഞുനോക്കി.

വരാന്തയിൽ നിൽപ്പുണ്ട് എല്ലാവരും. ഗൗരി, ഭർത്താവ്, അമ്മ, അച്ഛൻ. എല്ലാ മുഖങ്ങളിലും വേദന തിങ്ങുന്നു. പതുക്കെ തിരിഞ്ഞു നടന്ന് ഞാൻ ഗൗരിയുടെ മുന്നിലെത്തി.

'മോളുടെ ടി.സിയും മറ്റു പേപ്പേഴ്സും ശരിയാക്കി എത്രയും വേഗം

തിരിച്ചു വരും ഞാൻ അവളെയും കൊണ്ട്. ഇനിയവൾക്ക് രണ്ടമ്മമാർ വേണം. അതാണ് അതിന്റെ ശരി.'

കണ്ണീരൊഴുകുന്ന കവിൾത്തടങ്ങൾ സാരിത്തുമ്പാൽ തുടച്ച് പുഞ്ചിരിക്കാൻ വെമ്പുന്ന ഗൗരിയുടെ മുഖമായിരുന്നു കാർ നീങ്ങുമ്പോൾ എന്റെ മുന്നിൽ.

ആത്മാവ്

'ഗുഡ് സ്പിരിറ്റ് പ്ലീസ് കം...

ഗുഡ് സ്പിരിറ്റ് പ്ലീസ് കം...'

മെഴുകുതിരിയുടെ നാളം ഒന്നുലഞ്ഞു. വീണ്ടും തെളിഞ്ഞു കത്തി. ശ്വാസമെടുക്കാൻപോലും മറന്ന് ഞാനും അറിയാതെ പതുക്കെ പിറുപിറുത്തു.

'ഗുഡ് സ്പിരിറ്റ് പ്ലീസ് കം.'

ആവേശംകൊണ്ട് രഞ്ജിനിയുടെയും ഭയംകൊണ്ട് രമ്യയുടെയും സുറുമിയുടെയും മുഖം വിളറിവെളുത്ത് മഞ്ഞച്ചിരുന്നു. പുറത്ത് മഴ കോരിച്ചൊരിഞ്ഞുകൊണ്ടേയിരുന്നു. കഴിഞ്ഞ വർഷം ഈ ദിവസം ഈ ഹോസ്റ്റലിൽ ഇതേ റൂമിൽവെച്ചാണ് രഞ്ജിനിയുടെ ഇരട്ടസഹോദരി രജനി ആത്മഹത്യ ചെയ്തത്. അതേ റൂമിൽ തൊട്ടടുത്തു കിടന്ന രഞ്ജിനി അറിയാതെ ഞരമ്പ് മുറിച്ച് രക്തമൊഴുക്കി അവൾ മരണത്തിലേക്ക് നടന്നുപോയി.

അന്നുമുതലിന്നുവരെ ആർക്കുമറിയില്ല അതിനു പുറകിലെ രഹസ്യം അതറിയാൻ വേണ്ടി രഞ്ജിനി കൊണ്ടുവന്ന അവളുടെ അവസാനത്തെ ആയുധമാണ് ഈ ഓജോ ബോർഡ്.

അതിനുവേണ്ടിമാത്രമാണ് അതേ ദിവസം തന്നെ അതേ മുറിയിൽ ഞങ്ങൾ ഒത്തുകൂടിയത്. വൈകുന്നേരം തുടങ്ങിയ മഴ കാരണം കറന്റില്ലാത്തതിനാൽ ഹോസ്റ്റലിൽ എല്ലാവരും നേരത്തെ കിടന്നിരുന്നു. മുകളിൽ മാഡത്തിന്റെ മുറിയിലെ വെളിച്ചവും അണഞ്ഞശേഷമാണ് ഞങ്ങൾ രഞ്ജിനിയുടെ മുറിയിലേക്ക് വന്നത്.

'വരുന്നത് രജനിയുടെ ആത്മാവ് തന്നെയാവുമോ?'

എന്റെ ചെവിയിൽ രമ്യയുടെ ചുടുശ്വാസമടിച്ചു.

മരവിക്കുന്ന തണുപ്പ് കോയിനു മുകളിൽനിന്ന് എന്റെ വിരലിലേക്ക് പടരുന്നത് ഞാനറിയുന്നുണ്ടായിരുന്നു. കാറ്റിന്റെ മൂളൽ പോലെന്തോ ചെവിയിൽ. കാതടപ്പിക്കുന്ന ഒരിടിവെട്ടി. എന്റെ കൈവിരൽത്തുമ്പിൽ ഞാനറിയാതെ നാണയം ഒന്നനങ്ങി.

രമ്യയുടെയും സുറുമിയുടെയും അലർച്ച കേട്ടപ്പോഴാണ് അവരും അത് ശ്രദ്ധിച്ചെന്ന് എനിക്ക് മനസ്സിലായത്.

സുറുമി 'അല്ലാഹ്' എന്നൊരു വിളിയോടെ നിലത്തേക്ക് കുഴഞ്ഞു വീണു. ബോർഡിൽനിന്ന് കൈ എടുത്ത് ഞാനും അലറിക്കരഞ്ഞു.

ആരൊക്കെയോ വാതിലിൽ മുട്ടുന്നുണ്ടായിരുന്നു. രമ്യ ഓടിപ്പോയി സാക്ഷ മാറ്റിയപ്പോഴേക്കും മാഡവും പുറകെ മറ്റു മുറികളിലെ കുട്ടികളും റൂമിലേക്ക് തള്ളിക്കയറി. അതിനുമുന്നെ ഒറ്റവലിക്ക് ഞാൻ ഓജോ ബോർഡ് മേശയുടെ താഴേക്ക് നീക്കിയിട്ടിരുന്നു. ഒന്നും സംഭവിക്കാത്തതുപോലെ, പൂട്ടിയിട്ട മുറിയിൽ കയറിയതിന് മാഡത്തിന്റെ വഴക്ക് കൈകെട്ടി നിന്ന് കേൾക്കുമ്പോഴും ഞങ്ങളുടെ ഹൃദയം അതിദ്രുതം മിടിച്ചുകൊണ്ടിരുന്നു.

ഇരുട്ടിൽ ഉറക്കം പ്രതീക്ഷിച്ച് കിടക്കുമ്പോൾ തൊട്ടടുത്ത് രമ്യ ഉറക്കം പിടിച്ചതിന്റെ ശ്വാസോച്ഛ്വാസ ശബ്ദം താളക്രമമായി ഉയർന്നു കേൾക്കാമായിരുന്നു. അതും ശ്രദ്ധിച്ച് കണ്ണുകളടച്ചു.

നിദ്രയുടെ കടാക്ഷത്തിനായി ഞാനും കാത്തുകിടന്നു. പെട്ടെന്നാണ് ചെവിക്കരികിൽ 'ഉറങ്ങല്ലേ നിതാ...എനിക്ക് പേടിച്ചിട്ട് ഉറക്കം വരുന്നില്ല.'

ഞാൻ ചാടിയെണീറ്റ് ലൈറ്റിട്ടു.

'നീയല്ലേ ഉറങ്ങിയത് രമ്യാ?'

അവൾ നിഷേധാർത്ഥത്തിൽ തലയാട്ടിക്കൊണ്ട് സംശയത്തോടെ എന്നെ നോക്കിക്കൊണ്ട് പറഞ്ഞു.

'നിന്റെ കൂർക്കംവലി കേട്ടപ്പോഴല്ലേ ഞാൻ പറഞ്ഞത്.'

എന്റെ നട്ടെല്ലിന്നുള്ളിലൂടെ ഒരു കുളിർ പാഞ്ഞുകയറി ചെവിക്കുള്ളിൽ വന്ന് തരിച്ചുണർന്നു. ഒന്നും സംസാരിക്കാൻ കഴിയാതെ ഞങ്ങളിരുവരും പരസ്പരം നോക്കിക്കൊണ്ടിരുന്നു. പെട്ടെന്നാണ് വാതിലിൽ മുട്ടു കേട്ടത്. അവളെന്റെ കൈകൾ മുറുക്കെ പിടിച്ചു.

'സുറുമിയാണ്. വാതിൽ തുറക്കൂ നിതാ...'

ആശ്വാസത്തോടെ രമ്യ പോയി വാതിൽ തുറക്കുംമുന്നേ സുറുമി ഉള്ളിലേക്ക് ഊളിയിട്ടുകഴിഞ്ഞിരുന്നു. കയ്യിൽ ചുരുട്ടിപ്പിടിച്ച ബെഡ്ഷീറ്റുമായി അവൾ കട്ടിലിൽ കേറി വിളറിയ മുഖത്തോടെ തളർന്നിരുന്നു.

'രഞ്ജിനി എവിടെ?'

'വന്നില്ല. അവിടെ റൂമിൽ ആരോ ഒരാൾ കൂടിയുണ്ട്. പക്ഷെ, ഒന്നും കാണുന്നില്ല. എത്ര വിളിച്ചിട്ടും അവൾ വന്നില്ല. അവൾക്കും ഫീൽ ചെയ്യുന്നുണ്ട്. എന്നിട്ടും...'

നടുങ്ങിത്തരിച്ച് ഞാനും രമ്യയും കണ്ണിൽക്കണ്ണിൽ നോക്കി നിശ്ശബ്ദരായി ഇരുന്നു.

ആലോചനയോടെ സുറുമി തുടർന്നു.

'പിന്നെ ആലോചിച്ചപ്പോ അവൾക്ക് വരാനാവില്ലെന്നുള്ളതാവും സത്യമെന്നു തോന്നി. അതാ ഞാൻ ഒറ്റയ്ക്കു വന്നത്.'

ഒരു നിമിഷം എന്റെ മനസ്സും ആർദ്രമായി.

നാട്ടിലുള്ള അനിയത്തിക്കുട്ടിയും ഞാനുമാണ് ഈ സ്ഥാനത്തെങ്കിൽ... അവളെന്നെ ഭയപ്പെടില്ല. ഉറപ്പ്. നമുക്ക് കിടക്കാം.'

രമ്യ കിടക്കയുടെ അരികിലേക്ക് നീങ്ങിക്കിടന്നു. അവളോട് പറ്റിച്ചേർന്ന് സുറുമിയും. ഞാനൊറ്റയ്ക്ക് കിടക്കുന്ന സിംഗിൾ ബെഡിലാണ് ഇന്ന് മൂന്നുപേർ.

ഞാനും ഒരരികിലായി ചേർന്നുകിടന്നു.

'ലൈറ്റ് ഓഫാക്കണ്ട.' സുറുമി പതുക്കെ പറഞ്ഞു.

രമ്യ തലതിരിച്ചെന്നെ നോക്കി.

പിന്നെ തളർച്ചയോടെ പറഞ്ഞു. 'ജനറേറ്റർ ആണ്. മാഡം മുകളിൽ നിന്ന് നോക്കുന്നുണ്ടാവും.'

മനസ്സില്ലാമനസ്സോടെ അവൾ പതുക്കെ കൈനീട്ടി സ്വിച്ച് ഓഫ് ചെയ്തു.

പുറത്ത് മഴ കനത്തു പെയ്യുന്നുണ്ടായിരുന്നു. വീശിയടിക്കുന്ന കാറ്റിൽ ഇളകിയാടുന്ന മരച്ചില്ലകൾ മിന്നൽവെളിച്ചത്തതിൽ രാക്ഷസരൂപികളെ അനുസ്മരിപ്പിച്ചു.

ഞങ്ങൾ പരസ്പരം ഇറുകെപുണർന്നു കണ്ണുകളടച്ചു കിടന്നു.

മിനുറ്റുകൾ മണിക്കൂറുകൾക്ക് വഴിമാറി.

എത്രനേരമായി കണ്ണുകളടച്ച് കിടക്കുന്നുവെന്നറിയില്ല. അതോ ഒന്നുറങ്ങിത്തെളിഞ്ഞതാണോ. സുറുമിയുടെ പേടിച്ചരണ്ട ശബ്ദമാണ് മയക്കത്തിൽനിന്നുണർത്തിയത്.

സുറുമിയും രമ്യയും കിടക്കയിൽ കെട്ടിപ്പുണർന്നിരിപ്പുണ്ട്. ജനൽഗ്ലാസിന് നേർക്കാണ് നോട്ടം. എന്റെ അനക്കം തിരിച്ചറിഞ്ഞാവാം സുറുമി എന്നെ ചേർത്തുപിടിച്ചു. അവളുടെ നിറഞ്ഞൊഴുകുന്ന കണ്ണുകളും വിയർത്തൊഴുകിയ മുഖവും എന്നെ കൂടുതൽ പരവശയാക്കി. ഞാനും ജനലിനു നേർക്ക് മുഖം തിരിച്ചു.

എനിക്കെന്റെ കണ്ണുകളെ വിശ്വസിക്കാനായില്ല. നെടുനീളത്തിൽ അതിനൊത്ത വീതിയുള്ള മനുഷ്യരൂപത്തിന്റേതുപോലെ തോന്നിപ്പിക്കുന്ന ഒരു നിഴലായിരുന്നു പുറത്ത്. അത് ഒഴുകിനീങ്ങുംപോലെ പതുക്കെ ചലിക്കുന്നുണ്ടായിരുന്നു. ഓരോ രോമകൂപങ്ങളിലും ഭയം പടർന്നുകയറി. അത് തൊണ്ടയിൽ വന്നടയുന്നത് ഞാനറിയുന്നുണ്ടായിരുന്നു. അലറിക്കരയാൻ തോന്നുന്നുണ്ടെങ്കിലും അദൃശ്യമായൊരു ശക്തി എന്റെ തൊണ്ടക്കുഴിയിൽ കൈവച്ചമർത്തിയതുപോലെ.

പെട്ടെന്നാണ് സുറുമി കുഴഞ്ഞുവീണത്.

ബോധമറ്റുകിടക്കുന്ന അവളെ ചേർത്തുപിടിച്ച് ഞങ്ങൾ തലയുയർത്തിനോക്കിയപ്പോൾ ആ നിഴൽ...അതവിടെയുണ്ടായിരുന്നില്ല. ഹോസ്റ്റൽ മതിലിനപ്പുറമുള്ള സെമിത്തേരിയിലെ വലിയ കുരിശുകളുടെ മുകൾഭാഗം മാത്രം മിന്നൽവെളിച്ചത്തിൽ തെളിഞ്ഞുനിന്നു.

ആ ഇരുട്ടിൽ ഒന്നെണീക്കുവാനോ ലൈറ്റിട്ട് ബോധരഹിതയായ സുറുമിയെ ഒന്നു നോക്കുവാനോ ഉള്ള ശേഷിയില്ലാതെ ഞങ്ങളും തളർന്നിരുന്നു.

എത്ര നേരമെന്നറിയില്ല. വാതിലിൽ തുടർച്ചയായി ആരോ മുട്ടുന്ന ശബ്ദമാണ് മരവിച്ച ശരീരത്തെയും മനസ്സിനെയും ഞെട്ടിച്ചുണർത്തിയത്. ഭയത്തോടെ രമ്യ എന്റെ വിരലുകളെ ഞെരിച്ചമർത്തി.

'വരൂ സുറുമീ, നിതാ...മാഡം വിളിക്കുന്നു.'

മരുഭൂമിയിലെ നീരുറവപോലെയാണ് സരോജിനിചേച്ചിയുടെ ശബ്ദം ഞങ്ങൾക്കു തോന്നിയത്. ഒറ്റയോട്ടത്തിന് ഞാൻ ഡോർ ലോക്ക് മാറ്റി. രമ്യ ലൈറ്റ് ഓൺ ചെയ്ത് കൂജയിൽനിന്ന് വെള്ളമെടുത്ത് സുറുമിയെ കുടിപ്പിക്കുകയായിരുന്നു അപ്പോൾ.

രഞ്ജനിയുടെ റൂമിലേക്കാണ് സരോജിനിചേച്ചി ഞങ്ങളെ കൊണ്ടുപോയത്. വാതിൽക്കൽവച്ചേ കാണാമായിരുന്നു, കൈകെട്ടി കറുത്ത മുഖം ഒന്നുകൂടി കറുപ്പിച്ച് കലിതുള്ളിനിൽക്കുന്ന മാഡത്തെ.

സുറുമിയെ കണ്ടതോടെ ശബ്ദം കുറച്ചാണെങ്കിലും അട്ടഹസിച്ചുകൊണ്ട് അവർ ഞങ്ങളുടെ നേർക്ക് ചാടിവീണു.

'കൂട്ടുകാരിക്ക് കാമുകനുവേണ്ടി കിടക്ക വിരിക്കാനുള്ള സൗകര്യത്തിന് വേണ്ടി നീ മാറിക്കൊടുത്തതാണല്ലേ? ഇതൊരു അച്ചടക്കമുള്ള ഹോസ്റ്റലാണ്. കണ്ട അഴിഞ്ഞാട്ടക്കാരികൾക്ക് ആണുങ്ങളെ വിളിച്ചുകയറ്റാനുള്ളതല്ല.'

പിന്നീടങ്ങോട്ട് അവരുടെ ശബ്ദം ഉയർന്നും താഴ്ന്നും ആ മുറിയിൽ മുഴങ്ങിക്കൊണ്ടേയിരുന്നു. ഒന്നും മനസ്സിലാകാതെ ഞങ്ങൾ ചുറ്റുംനോക്കി. മുറിയുടെ മൂലയിൽ രഞ്ജിനി തലകുനിച്ചു നിൽക്കുന്നുണ്ട്. അവളുടെ പുറകിലായി ജീൻസ് മാത്രമിട്ട് നിൽക്കുന്ന ഇരുനിറത്തിൽ ഉയരമുള്ള ഒരു യുവാവ്.

ഒരുനിമിഷംകൊണ്ട് എനിക്ക് കാര്യം മനസ്സിലായി.

ഞാനൊരു ഞെട്ടലോടെ സുറുമിയെയും രമ്യയെയും നോക്കി.

അവരും അവനെ തുറിച്ചുനോക്കി.

ഇപ്പോൾ വീഴുമെന്ന മട്ടിൽ നിൽപ്പാണ് അവൻ.

അവന്റെ പുറകിലായി ചുവരിൽ ബൈക്ക് യാത്രക്കാർ ഉപയോഗി

ക്കുന്ന റെയിൻകോട്ട് തൂക്കിയിട്ടുണ്ടായിരുന്നു. എനിക്ക് ചിരിക്കണോ കരയണോ എന്ന് പെട്ടെന്ന് മനസ്സിലായില്ല. മേട്രന്റെ ചീത്ത പറയുന്ന മുഖത്തേക്കു നോക്കി ഒരു വിഡ്ഢിയെപ്പോലെ ഞാൻ പുഞ്ചിരിച്ചു.

ഉച്ചയോടെ എത്തിച്ചേർന്ന അച്ഛനൊപ്പം പെട്ടിയും കിടക്കയുമായി കാറിൽ കയറിപ്പോകുന്ന രഞ്ജിനിയെ നോക്കി സുറുമി പതുക്കെ പറഞ്ഞു.

'എന്നാലുമെന്റള്ളോ...ന്താ ആരു കുരുപ്പിന്റെ ഒരഭിനയം. ന്റുമ്മാന്റെ ഭാഗ്യത്തിന് ഇന്നലെ ഞാൻ പേടിച്ച് ചത്തില്ല. ഓൾടെയൊരു ഓജോ ബോഡും ഒലക്കേടെ മൂടും. കള്ളഹിമാറ്.'

രമ്യ എന്നെനോക്കി ഒരു കള്ളച്ചിരിയോടെ പറഞ്ഞു.

'ഓൾക്ക് മ്മളോടൊരു വാക്ക് പറഞ്ഞാൽ പോരായിരുന്നോ. ഇക്കണ്ട ലഹളയുടെ ഒക്കെ വല്ല കാര്യവുമുണ്ടായിരുന്നോ?'

ഞാനറിയാതെ ഒരു ചെറിയ ചിരി എന്റെ ചുണ്ടിലേക്ക് ഊറിവന്നു. ഞങ്ങൾ മൂവരും പരസ്പരം നോക്കി പുഞ്ചിരിച്ചു.

പതുക്കെ പിന്നീടതൊരു പൊട്ടിച്ചിരിക്ക് വഴിമാറി.

വിദ്യാർത്ഥി

മഞ്ഞുപെയ്തുകൊണ്ടേ ഇരുന്നു.

തൊട്ടടുത്തെത്തുംവരെ ആരാണ് മുന്നിലെന്ന് മനസ്സിലാകാത്ത മഞ്ഞ്.

എല്ലാ കുട്ടികളും പല കളറിലുള്ള സ്വെറ്റർ ധരിച്ചിട്ടുണ്ട്. ആരുടെയും മുഖംപോലും ശരിക്കു കാണില്ല. അവർക്കിടയിലൂടെ അവൻ നടന്നുവന്നു. വെളുത്തു മെലിഞ്ഞ ഒരാൺകുട്ടി. അവനുമാത്രം സ്വെറ്ററില്ല. തണുപ്പുകൊണ്ട് കൈകൾ നെഞ്ചിൽ കെട്ടി അവൻ എന്നെ നോക്കി പുഞ്ചിരിച്ചു. പരിചയമില്ലാത്ത മുഖമായതുകൊണ്ട് പേര് ചോദിക്കാൻ ശ്രമിച്ചപ്പോൾ അതേ പുഞ്ചിരി. പിന്നെ പിറകിലേക്ക് കൈചൂണ്ടി. ഒരു വൃദ്ധൻ നടന്നുവരികയാണ്. ക്ഷീണിതനാണ്. എഴുപതുവയസ്സെങ്കിലും കാണും. അദ്ദേഹം എന്റെ മുന്നിൽ വന്ന് കൈകൂപ്പി.

അദ്ദേഹം സംസാരിച്ചുതുടങ്ങി.

അദ്ദേഹത്തിന്റെ മകന്റെ മകനാണ് ഈ കുട്ടി. അവനെ സ്കൂളിൽ ചേർക്കാൻ വന്നതാണ്. എനിക്ക് കുറച്ച് ചാരിറ്റിയുടെ അസുഖമുണ്ടെന്നറിഞ്ഞ് സഹായത്തിനായി വന്നതാണ്. ഇവിടെ ചേർക്കാൻ.

ചെയ്ത ഉപകാരങ്ങളൊക്കെ കൺമുന്നിൽ നിഷ്ഫലമായതു കണ്ടു മടുത്ത് ഞാൻ ആരെയും സഹായിക്കില്ലെന്ന് ഉറപ്പിച്ച സമയം. അതുകൊണ്ടുതന്നെ ഞാൻ തീർത്തുപറഞ്ഞു. നടപ്പില്ലെന്ന്. അപ്പോഴും അവൻ അതേ പുഞ്ചിരി.

വൃദ്ധൻ ദയനീയമായി കൈകൂപ്പി വീണ്ടും പറഞ്ഞുതുടങ്ങി.

'അവന്റെ അമ്മ പ്രസവത്തോടെ മരിച്ചുപോയി. അച്ഛൻ അവന് നാലു വയസ്സുള്ളപ്പോൾ എങ്ങോട്ടോ പോയി. ഇതുവരെ ഒരു വിവരവുമില്ല.'

അതിനേക്കാൾ വിഷമിപ്പിച്ചത് അദ്ദേഹത്തിന്റെ അടുത്ത വാക്കുകൾ ആയിരുന്നു. അവന് ചെവി കേൾക്കില്ല. സംസാരിക്കുകയുമില്ല. ഈ കുട്ടിക്കു വേണ്ടിയാണ് വൃദ്ധൻ ജീവിക്കുന്നത്. അയാൾ കൈവണ്ടിയിൽ ഉപ്പു വിറ്റുകിട്ടുന്ന തുച്ഛമായ തുകയിൽ ആണ് ജീവിതം. അതുകൊണ്ടുതന്നെ പണം ഇല്ല അയാളുടെ കയ്യിൽ. ഇങ്ങനെയുള്ള കുട്ടികൾക്ക് പട്ടണത്തിൽ സ്കൂളുണ്ടെന്ന് അയാൾക്കറിയാം. പക്ഷെ, അവനെ കാണാതെ അയാൾക്കു വയ്യ.

ഞാനവന്റെ മുഖത്തേക്കു നോക്കി. ശരിയാണ്. അവന്റെ ചെവിയിൽ

ഒരു സ്വനഗ്രാഹി യന്ത്രമുണ്ട്. അത് നാട്ടുകാർ പിരിവെടുത്ത് വാങ്ങിയതാണ്. കാരണം ഡോക്ടർ പറഞ്ഞത്രേ, അവന് സംസാരിക്കാൻ കഴിയുമെന്ന്. കേൾവിയില്ലാത്തതുകൊണ്ടാണ് സംസാരിക്കാത്തതെന്നും. പക്ഷെ, ഇതു ചെവിയിൽ വച്ചിട്ടും വലിയ വ്യത്യാസം ഒന്നുമില്ല. എങ്കിലും ആ വൃദ്ധൻ പ്രതീക്ഷയോടെ കാത്തിരിക്കുന്നു.അവൻ 'താത്ത' എന്ന് വിളിക്കുന്ന ദിവസത്തിനായി.

അങ്ങനെ ഞാനവനെ ഏറ്റെടുത്തു. അവനെ അഞ്ചാംക്ലാസിൽ ഇരുത്തി. ഭക്ഷണം ഒഴികെ ബാക്കിയെല്ലാം എന്റെ ഉത്തരവാദിത്തം.

ആദ്യത്തെ ആഴ്ച വലിയ കുഴപ്പമില്ല. അവൻ ഞങ്ങൾക്കെല്ലാം കൗതുകമായി. അവന്റെ ആംഗ്യങ്ങൾ ഞങ്ങൾ നോക്കിയിരിക്കും. ഒരാഴ്ച കഴിഞ്ഞതോടെ അവന്റെ തനിനിറം പുറത്തുവന്നു.

ഭൂലോക വികൃതിയാണവൻ. തെരുവിൽ വളർന്ന സംസ്കാരം. ഇഷ്ടപ്പെട്ടത് അക്രമത്തിലൂടെ സ്വന്തമാക്കും. ഏതു ക്ലാസിൽ അടിനടന്നാലും അവനുണ്ടാവും. മറ്റു കുട്ടികളെ വല്ലാതെ ഉപദ്രവിക്കും. മോഷ്ടിക്കും. പരാതികൾ പതിവായി. ആദ്യമൊക്കെ ആംഗ്യത്തിലൂടെ അവൻ നിരപരാധി ആണെന്ന് പറഞ്ഞത് ഞാൻ വിശ്വസിച്ചു. കൺമുന്നിൽ കണ്ടുതുടങ്ങിയതോടെ എനിക്കും മതിയായി.

അതിനിടെ ഒരുദിവസം അവന്റെ മുത്തച്ഛൻ സ്കൂളിലെത്തി.

അവന്റെ സ്വനഗ്രാഹി യന്ത്രം കാണുന്നില്ല. നല്ല വില ഉണ്ടതിന്. ഞാൻ ആണല്ലോ അവന്റെ കെയർടേക്കർ. അങ്ങേര് അറിയാവുന്ന തെറിയൊക്കെ എന്നെ വിളിച്ചതാവാം. എനിക്കൊന്നും മനസ്സിലായില്ല. അന്വേഷണത്തിൽ അവനത് കൊടുത്ത് നാരങ്ങ വാങ്ങിച്ചെന്നു മനസ്സിലായി.

അന്നെന്റെ നിയന്ത്രണം വിട്ടു. അടി അവന് പുത്തരിയല്ലെന്നും അന്നത്തോടെ മനസ്സിലായി എനിക്ക്. അടിക്കുമ്പോൾ കൈ വലിക്കില്ല. കല്ലുപോലെ നിൽക്കും.

പിന്നങ്ങോട്ട് യുദ്ധമായിരുന്നു... ഞാനും അവനും.

ഓരോ പ്രശ്നത്തിലും മറ്റ് ടീച്ചേഴ്സ് എന്റടുത്ത് പരാതിയുമായി വന്നു. ഞാൻ ആകെ ഭസ്മാസുരന് വരം കൊടുത്ത പരമശിവന്റെ അവസ്ഥയിലുമായി. ഒരുദിവസം പോലുമില്ല പരാതിയില്ലാത്തതായി അവന്റെ പേരിൽ. അടി അവന് വിഷയമല്ല. ഇത്തിരി സെന്റിമെന്റ്സ് പുറത്തെടുത്തു നോക്കി.

അപ്പോഴെല്ലാം തല കുലുക്കി സമ്മതിക്കുമെങ്കിലും വീണ്ടും അതുതന്നെ അവസ്ഥ. അവനെ നന്നാക്കാൻ ശ്രമിച്ച് ഞാനും പഠിച്ചു അവന്റെ ഭാഷ.

ഇങ്ങനെയുള്ള കുട്ടികൾക്ക് ദൈവം ഇരട്ടി ബുദ്ധി കൊടുക്കും.

അതൊരു സത്യമാണ്. കാരണം അവന് പെട്ടെന്ന് കാര്യങ്ങൾ മനസ്സിലാകും. പക്ഷെ, മനഃപൂർവ്വം ചെയ്യില്ല പലതും.

എല്ലാ ടീച്ചേഴ്സിന്റെ ഉള്ളിലും ഒരു കുട്ടി ഉണ്ടാവും. അതുപോലായിരുന്നു ഞാനും. നല്ല മൂഡുള്ള ദിവസങ്ങളിൽ ഗൗരവത്തിൽ ചെന്ന് ക്ലാസിന് മുന്നിൽ നിന്ന് എല്ലാവരും കളിയ്ക്കാൻ വായോ പറഞ്ഞ് ആദ്യം ഗ്രൗണ്ടിലേക്ക് ഓടും ഞാൻ. പക്ഷെ, അവനു മാത്രം മനസ്സിലാകും ഞാൻ എന്താ പറയാൻ പോകുന്നതെന്ന്. അതുകൊണ്ടുതന്നെ എന്നേക്കാൾ മുന്നേ എന്നും അവൻ ഗ്രൗണ്ടിൽ എത്തും.

അങ്ങനെ രണ്ടുവർഷങ്ങൾ.

ആഴ്ചയിൽ ഒന്നെങ്കിലും അടി വാങ്ങാതെ അവനും കൊടുക്കാതെ എനിക്കും സന്തോഷമില്ലാത്ത രണ്ടുവർഷങ്ങൾ കടന്നുപോയി.

അതിനിടെ അറിയാതെ അവൻ ഞങ്ങളുടെ ഭാഗമായി. എല്ലാ പരിപാടിയിലും പങ്കെടുക്കണം. അവനു ഡാൻസ് നിർബന്ധം. മോശമില്ലാത്ത രീതിയിൽ കളിക്കും. ചന്തമുണ്ടാവും കണ്ടിരിക്കാൻ.

അതിനിടെ ഒരുദിവസം ഒരു കുട്ടിയുടെ തലയിൽ അവൻ റൈറ്റിംഗ് പാഡ് വച്ച് അടിച്ചത്. ഏഴ് സ്റ്റിച്ചാണ് അന്ന് ആ കുട്ടിയുടെ തലയിൽ ഇടേണ്ടിവന്നത്. അതോടെ പ്രശ്നം വലുതായി.

ആ കുട്ടിയുടെ അച്ഛനും അമ്മയും മറ്റു കുറച്ചുപേരും അതിനു മാപ്പു നൽകാൻ തയ്യാറായില്ല. അവന്റെ മുത്തച്ഛനെ വരുത്തി.

അദ്ദേഹവും പ്രായാധിക്യത്താലും നാട്ടിലെ അവന്റെ വികൃതികളാലും തളർന്നിരുന്നു. അതുകൊണ്ടുതന്നെ അവന്റെ നല്ല ഭാവിക്കായി ബധിര മൂക വിദ്യാലയത്തിലേക്ക് മാറ്റുകയാണെന്ന് എന്നോട് പറഞ്ഞു.

പിന്നെല്ലാം വേഗത്തിലാക്കി.

പേപ്പേഴ്സ് എല്ലാം വാങ്ങി മുത്തച്ഛൻ അവനെയും കൊണ്ട് പടിയിറങ്ങി. അവൻ മാത്രം ഒന്നും അറിഞ്ഞില്ല. ചിരിച്ചു. നാളെ വരാം എന്ന ആംഗ്യത്തിലൂടെ അവൻ പോയി.

ആദ്യത്തെ രണ്ടുദിവസം. പിന്നെ ഞാനും പൊരുത്തപ്പെട്ട് ഉള്ളിൽ ആശ്വസിച്ചു. അവനുണ്ടാക്കുന്ന പ്രശ്നങ്ങൾ തീർക്കേണ്ട. പുറകെ നടക്കേണ്ട. സുഖം. സമാധാനം. ഞങ്ങൾ എല്ലാരും അവനെ മറന്നുതുടങ്ങി. ഇതിനിടെ എന്റെ മകന് മഞ്ഞപ്പിത്തം വന്നു ചികിത്സയ്ക്കായി നാട്ടിലേക്കു പോയി. എനിക്ക് ലീവ് ഇല്ലാത്തതിനാൽ പോകാൻ കഴിഞ്ഞില്ല. അമ്മയെന്ന നിലയിൽ ആകെ തളർന്നുപോയ കുറച്ചുദിവസങ്ങൾ. അച്ഛന്റെ കൂടെ അവൻ ഹാപ്പിയാണെങ്കിലും ഓരോ നിമിഷവും എന്റെ ഹൃദയം വിങ്ങിക്കൊണ്ടിരുന്നു.

പതിവുപോലെ ഓഫീസിൽ ഇരിക്കുമ്പോഴാണ് പുറത്ത് കുട്ടികളുടെ

ബഹളം. മടുപ്പോടെ ഞാൻ പുറത്തിറങ്ങി നോക്കി. ഒരുപാട് കുട്ടികളുടെ ഇടയിൽ അവൻ.

കുറച്ചുമാറി അവന്റെ മുത്തച്ഛനും.

എന്നെ കണ്ടതോടെ അവൻ ഓടിവന്നു.

ഞാൻ എന്താ ആംഗ്യം കാണിക്കേണ്ടതെന്നറിയാതെ മിഴിച്ചുനിന്നു. അവന്റെ കണ്ണുകളിൽ നിറയെ സ്നേഹം ആയിരുന്നു. ദയനീയതയും.

ഒരുപാട് സ്നേഹിച്ച യജമാനനെ പിരിഞ്ഞുപോയ ഓമനമൃഗത്തിന്റെ ദയനീയത. ഒന്നും പറയാൻ വയ്യാതെ അവൻ ആംഗ്യത്തിലൂടെ ഇനി ഞാൻ അവിടെ പോകില്ല എന്നു പറഞ്ഞു എന്നോട്.

എന്താ പറയേണ്ടത്. ഞാൻ ആലോചിച്ചു.

എന്റെ നിസ്സംഗത കണ്ടപ്പോൾ അവന്റെ വേദന എനിക്കു മനസ്സിലായില്ലെന്ന് തോന്നിയിട്ടാവാം അവനെന്നെ വട്ടം ചുറ്റിപ്പിടിച്ച് ഏങ്ങിക്കരഞ്ഞു. എന്റെ കണ്ണുകളും നിറഞ്ഞൊഴുകി.

അമ്മയെ പിരിഞ്ഞുതാമസിക്കുന്ന എന്റെ മോനെയാണ് അനുഭവിച്ചത് ആ സ്പർശനത്തിൽ. ഞാൻ അവനെ ചേർത്തുപിടിച്ചു. പുറത്തു തലോടി. ഞങ്ങളെല്ലാവരും അവനെ സ്നേഹിച്ചിരുന്നു. കാരണം എന്റെ കൂടെ അടുത്തുണ്ടായിരുന്ന സഹപ്രവർത്തകരും കണ്ണീരൊപ്പി അപ്പോൾ.

പോയ അന്നുമുതൽ ശരിക്കും ഭക്ഷണം കഴിക്കാതെ പട്ടിണി കിടന്നതിനാൽ അവർ വിളിപ്പിച്ചതായിരുന്നു വൃദ്ധനെ. അവന്റെ മെലിഞ്ഞുണങ്ങിയ രൂപവും ക്ഷീണവും കരച്ചിലും അദ്ദേഹത്തെ അവനെ തിരിച്ചുകൊണ്ടുവരാൻ നിർബന്ധിതനാക്കിയതാണ്.

ഇന്നവൻ എന്റെ പ്രിയപ്പെട്ടവനാണ്.

വികൃതിയുണ്ടെങ്കിലും സഹിക്കാവുന്ന രീതിയിലേക്ക് ഞാനും അവനും മാറി.

കുഞ്ഞുങ്ങൾക്കു കൊടുക്കുന്ന ഇത്തിരിസ്നേഹം അവർ ആയിരം മടങ്ങാക്കി തിരിച്ചുതരും. കാരണം 'ദൈവത്തിന്റെ പ്രതിരൂപങ്ങളാണ് കുട്ടികൾ.'

ജീവിതം

'ലിസ് ഗർഭിണിയാണെന്ന് കള്ളം പറഞ്ഞതാണ് ഡോക്ടർ.'

ഇന്ന് നേരം വെളുത്ത് മൂന്നാമത്തെയോ നാലമാത്തെയോ പ്രാവശ്യമാണ് ജാക്ക് തന്നോടിത് പറയുന്നതെന്ന് ഡോക്ടർ ഫെഡറിക് മടുപ്പോടെ ചിന്തിച്ചു.

ഭാര്യയുടെ മരണശേഷം അയാളുടെ സമനിലയിൽ ചെറിയ തകരാറു സംഭവിച്ചുവോ എന്ന സംശയത്തിന് ആക്കംകൂട്ടുംവിധമാണ് ഓരോ ദിവസത്തെയും ജാക്കിന്റെ പെരുമാറ്റം.

'ജാക്ക് താങ്കളിത് എത്രാമത്തെ പ്രാവശ്യമാണ് പറയുന്നത്. ലിസ് ഗർഭിണിയാണെന്ന് ടെസ്റ്റിൽ തെളിഞ്ഞതാണ്. ആ റിസൽട്ട് കണ്ട സംതൃപ്തിയോടെയാണ് താങ്കളുടെ ഭാര്യ അന്ത്യശ്വാസം വലിച്ചത്. പിന്നെ എന്താണ് താങ്കൾ ഇപ്പോൾ ഇങ്ങനെ സംസാരിക്കുന്നത്?'

'ഇന്നലെയും എമ്മി വന്നിരുന്നു ഡോക്ടർ. അവൾ കരയുകയായിരുന്നു. അവളുടെ അവസാനത്തെ ആഗ്രഹമായിരുന്നു സ്വന്തം ചോരയിൽ ഒരു കുഞ്ഞ്. പക്ഷെ, അവൾ ചതിക്കപ്പെട്ടു. അതുകൊണ്ട് തന്നെ അവളുടെ ആത്മാവ് എന്റെ കൂടെത്തന്നെയുണ്ട്. ഓരോ നിമിഷവും അവൾ തീവ്രവേദനയാൽ ഏങ്ങിക്കരയുന്ന ശബ്ദം എന്റെ ചെവികളിൽ അലയടിക്കുന്നു.'

തന്റെ മുന്നിൽനിന്ന് വിങ്ങിക്കരയുന്ന ജാക്കിനെ ഡോക്ടർ കരുതലോടെ നോക്കി. അയാൾ വളരെ പരീക്ഷീണനായിരുന്നു. മരിച്ച് മണിക്കൂറുകൾ കഴിഞ്ഞ ശവത്തിന്റേതെന്നപോൽ മുഖം വിളറി വെളുത്തിരുന്നു.

ഒരാഴ്ച മുൻപാണ് അയാളുടെ ഭാര്യ എമ്മി ക്യാൻസർ ബാധിച്ച് മരണപ്പെട്ടത്. മധുവിധുവിനിടയിലാണ് എമ്മിയുടെ അസുഖം കണ്ടെത്തപ്പെട്ടത്. ഒൻപതു വർഷത്തെ പ്രണയം വെറും ഒൻപതുമാസംകൊണ്ട് ജാക്കിന് ഓർമ്മയായി മാറി.

അവസാന നാളുകളിലാണ് എമ്മി ഒരമ്മയാകണം എന്ന തന്റെ അടക്കാനാവാത്ത ആഗ്രഹം ജാക്കിനോട് പറഞ്ഞത്.

അവരുടെ രണ്ടുപേരുടെയും ബാല്യകാല സുഹൃത്തായ ലിസ് സ്വമനസ്സാലെ ഗർഭാപത്രം നൽകാൻ മുന്നോട്ടു വരികയായിരുന്നു.

ആദ്യത്തെ പ്ലാന്റേഷൻ കഴിഞ്ഞ് മൂന്നാമത്തെ ആഴ്ചയിലായിരുന്നു എമ്മിയുടെ മരണം. അവസാനനിമിഷങ്ങളിൽ അവൾ ആവശ്യപ്പെട്ടത് ലിസയുടെ സാന്നിദ്ധ്യമായിരുന്നു. അവൾക്കുള്ള ഏറ്റവും വലിയ സന്തോഷവാർത്തയുമായാണ് അന്ന് ലിസ് വന്നത്.

മൂന്നാഴ്ച മുന്നേ നടന്ന സറോഗസി ട്രീറ്റ്മെന്റ് വിജയിച്ചതിന്റെ ഫലമായി തന്റെയും ജാക്കിന്റെയും കുഞ്ഞു ലിസയുടെ ഗർഭപാത്രത്തിൽ വളർന്നുതുടങ്ങിയിരിക്കുന്ന സന്തോഷവാർത്ത അറിഞ്ഞ ആത്മസംതൃപ്തിയോടെയാണ് അന്ന് എമ്മി ജീവൻ വെടിഞ്ഞത്.

എമ്മി മരിച്ച് മൂന്നാംദിവസം മുതൽ ജാക്കിന്റെ രീതികൾ മാറിത്തുടങ്ങി. രാത്രി പുലരുംവരെ അയാൾ അടഞ്ഞുകിടക്കുന്ന അവരുടെ ബംഗ്ലാവിൽ ആരോടോ സംസാരിച്ചുകൊണ്ടേയിരുന്നു.

ഇന്ന് രാവിലെയാണ് ഭ്രാന്തു പിടിച്ചെന്നപോലെ ഡോക്ടറിന്റെയടുത്തേക്ക് അയാൾ ഓടിവന്നത്.

ലിസിന്റെ വയറ്റിൽ തങ്ങളുടെ കുഞ്ഞില്ല എന്നയാൾ ആവർത്തിച്ചുകൊണ്ടേയിരുന്നു.

തന്റെ മുന്നിൽ തലകുനിച്ചിരിക്കുന്ന ലിസ് എലിസബത്തിനോട് ഡോക്ടർ വീണ്ടും ആവർത്തിച്ചുചോദിച്ചു.

'അന്നത്തെ റിസൽട്ട് പോസിറ്റീവ് ആണെന്ന് താങ്കൾ എന്തിനാണ് കള്ളം പറഞ്ഞത് മിസ് ലിസ്? ഇത്രയും വലിയൊരു ചതി എന്തിനുവേണ്ടിയായിരുന്നു?'

ശാന്തമായ സ്വരത്തിൽ ലിസ് പതുക്കെ മുഖമുയർത്തി സംസാരിച്ചു തുടങ്ങി.

'എമ്മിക്കുവേണ്ടിയാണ് ഡോക്ടർ ഞാനത് ചെയ്തത്. അവളുടെ അവസാനത്തെ ആഗ്രഹം സഫലമായി എന്ന സന്തോഷത്തോടെ അവൾ യാത്രയാവട്ടെ എന്നു കരുതി.

'ഇല്ല. എമ്മിയ്ക്ക് സന്തോഷമായില്ല. അവൾക്ക് എല്ലാമറിയാം. എല്ലാം.'

തൊട്ടുപുറകിൽ ജാക്കിന്റെ ശബ്ദം കേട്ടവൾ ചാടിയെഴുന്നേറ്റു. കുറ്റബോധത്താലും ഭയത്താലും അവളുടെ ശിരസ്സ് കുനിഞ്ഞിരുന്നു.

'വെറും അഞ്ച് ഭ്രൂണങ്ങൾ മാത്രമാണ് നമ്മുടെ കയ്യിലുള്ളതിനി.'

ഡോക്ടർ ലിസിനെ നോക്കി.

'ഞാൻ തയ്യാറാണ് ഡോക്ടർ. അടുത്ത ഇസ്താന്റേഷൻ എപ്പോഴാണെന്ന് ഡോക്ടർക്ക് തീരുമാനിക്കാം.'

'സമാധാനമായിരിക്കൂ ജാക്ക്. ദൈവം നിങ്ങളെ കൈവിടില്ല. ഇപ്രാവശ്യം തീർച്ചയായും റിസൽട്ട് പോസിറ്റീവ് ആകും.'

ഡോക്ടർ ജാക്കിന്റെ ചുമലിൽ തട്ടി.

അയാൾ ഏതോ ചിന്തയിൽ ആയിരുന്നു. പെട്ടെന്ന് ഉറക്കത്തിൽ ഞെട്ടിയുണർന്ന ആളെപ്പോലെ പകച്ച നോട്ടവുമായി തല കുനിച്ച് വേഗത്തിൽ പുറത്തേക്കിറങ്ങിപ്പോയി അയാൾ.

ഡോക്ടർ ഫ്രെഡറിക് തന്റെ ചെയറിൽ ചിന്താഭരിതനായി തന്റെ ചൂണ്ടുവിരൽ തനിയെ ഞൊട്ട് വിടുവിക്കുകയും പൂർവ്വസ്ഥിതിയിൽ ആക്കുകയും ചെയ്തുകൊണ്ടേയിരുന്നു. സഹിക്കാനാവാത്ത ടെൻഷൻ വരുമ്പോൾ ചെറുപ്പംമുതൽ ശീലിച്ചുപോന്ന പ്രവൃത്തിയിൽനിന്ന് പുറത്തുകടക്കാൻ പലപ്പോഴും അയാൾക്ക് കഴിയാറില്ലായിരുന്നു.

അയാൾ പ്രതീക്ഷിച്ചതുപോലെ തന്നെ വാതിൽ തള്ളിത്തുറന്ന് ജാക്ക് കടന്നുവന്നു. ആകെ പരിക്ഷീണനായിരുന്നു അയാൾ.

'ഇല്ല ഡോക്ടർ. റിസൽട്ട് നെഗറ്റീവ് ആണ്. നമുക്ക് വേറെ ആരെയങ്കിലും നോക്കാം. ഇനി നമ്മുടെ കയ്യിൽ രണ്ട് ഭ്രൂണങ്ങളെ ബാക്കിയുള്ളു. ബാക്കി നാലെണ്ണവും വെറുതെ നശിപ്പിച്ചു ട്രീറ്റ്മെന്റ് എന്ന പേരിൽ.

വികാരവിക്ഷോഭത്താൽ അയാളുടെ കവിൾത്തടങ്ങൾ വിറക്കുന്നുണ്ടായിരുന്നു.

'റിസൽട്ട് വന്നില്ല ജാക്ക്. ഞാനും അതിനായി വെയിറ്റ് ചെയ്കയാണ്. ലിസുമുണ്ട് പുറത്ത്.'

'ഇല്ല ഡോക്ടർ എമ്മി പറഞ്ഞു. അവൾക്കറിയാം. അവളുടെ ആത്മാവ് എന്നെ വിട്ട് പോകില്ല. ഇന്നലെയും ഒരുപാട് സംസാരിച്ചു. അവൾക്കെന്തോ ദുഃഖമുണ്ട് ഡോക്ടർ. അവൾ കരയുന്നുണ്ടായിരുന്നു.'

പെട്ടെന്നാണ് ഡോർ പതുക്കെ തുറന്ന് നേഴ്സ് കയറിവന്നത്. കയ്യിലിരുന്ന ഫയൽ മേശപ്പുറത്തുവച്ച് അവർ പുറത്തേക്കിറങ്ങിപ്പോയ പുറകെ ലിസ് കയറിവന്നു. അവളുടെ മുഖം ആശങ്കാഭരിതമായിരുന്നു.

ഫയൽ തുറന്നുനോക്കിയ ഡോക്ടർ നിശ്ശബ്ദനായി. നെറ്റിയിൽ വിരലൂന്നി ജാക്കിനെ നോക്കി.

അയാൾക്ക് മനസ്സിലാകുന്നുണ്ടായിരുന്നില്ല ജാക്ക് പറഞ്ഞതിന്റെ പുറകിലെ ശാസ്ത്രതലം.

'ഒരവസരംകൂടി എനിക്ക് തരണം ഡോക്ടർ. അടുത്ത ശ്രമവും നെഗറ്റീവ് ആണെങ്കിൽ മറ്റൊരാൾക്കുവേണ്ടി ഞാൻ മാറിക്കൊടുക്കാം.'

ആത്മവിശ്വാസം നഷ്ടപ്പെട്ട ശബ്ദത്തിൽ ലിസ് പതുക്കെ പറഞ്ഞു.

ഡോക്ടർ ചിന്താഭരിതനായി ജാക്കിന്റെ എതിർപ്പ് പടർന്ന മുഖത്തേക്കു നോക്കി.

തന്റെ മുന്നിൽ ടേബിളിൽ കിടക്കുന്ന ലിസിന്റെ മുഖത്തേക്ക് പുഞ്ചിരിയോടെ നോക്കിക്കൊണ്ട് ഡോക്ടർ പച്ച ഏപ്രൺ എടുത്തണിഞ്ഞു. സറോഗസി ട്രീറ്റ്മെന്റിനായുള്ള ഉപകരണങ്ങൾ നിരത്തിവെച്ച ടേബിൾ

നേഴ്സ് പതുക്കെ ലിസിന്റെ ടേബിളിന്റെ അരുകിലേക്ക് ഉരുട്ടിക്കൊണ്ടു വന്നു.

'ഡോക്ടർ, എനിക്കൊരു കാര്യം പറയാനുണ്ട്.'

ലിസിന്റെ തളർന്ന മുഖത്തേക്ക് നോക്കിയപ്പോൾ ഡോക്ടർക്ക് സഹതാപം തോന്നി. കഴിഞ്ഞ ഒരു വർഷത്തോളമായി തന്റെ ആരോഗ്യവും സമയവും ഈ ഒരു ചികിത്സയ്ക്കായി അവൾ മാറ്റിവെച്ചിട്ട്. പൂർണ്ണ ആരോഗ്യമുള്ള ഗർഭപാത്രം ആയിട്ടും എന്തുകൊണ്ട് കഴിഞ്ഞ നാലുപ്രാവശ്യവും പരാജയപ്പെട്ടു എന്നതിന് കൃത്യമായൊരുത്തരം ഇതുവരെയും കണ്ടെത്താൻ തനിക്കായിട്ടുമില്ല.

'ഡോക്ടർ അന്ന് എമ്മി പെട്ടെന്നു മരിക്കാൻ കാരണം ഞാനാണ്. ഐ.സിയുവിൽ വെച്ച് എന്റെ കൈകൊണ്ട് പറ്റിയ ചെറിയൊരബദ്ധമാണ് അവളുടെ ജീവൻ നേരത്തെ തീരാൻ ഇടയായത്. മരണമുഖത്തുനിൽക്കുന്ന രോഗിയായതുകൊണ്ടാവാം അന്നത് ആരും ശ്രദ്ധിച്ചില്ല. പക്ഷെ, പിന്നീട് ഞാനുറങ്ങിയിട്ടില്ല ഡോക്ടർ. കണ്ണടച്ചാൽ അവളുടെ പിടച്ചിലും ശ്വാസം വലിക്കുന്ന ശബ്ദവുമാണ് ചെവിയിൽ. അതുകൊണ്ടുകൂടിയാണ് ഒരു കുഞ്ഞിനെ എന്നിലൂടെ ജാക്കിന് നൽകാൻ ഇത്രയും ആഗ്രഹിച്ചത് ഞാൻ. പക്ഷെ, എമ്മി അതിഷ്ടപ്പെടുന്നില്ല എന്ന് തോന്നുന്നു. ഈയൊരു ശ്രമവും പരാജയപ്പെട്ടാൽ ഞാനുണ്ടാവുമോ എന്നറിയില്ല ഡോക്ടർ.'

ഒന്നും സംസാരിക്കാനാവാതെ ഡോക്ടർ അവളുടെ നെറ്റിയിൽ വിരൽ ചേർത്തു.

'അറിയാതെ സംഭവിച്ചുപോയ അബദ്ധത്തിന് ഇതിനെക്കാൾ വലിയൊരു പശ്ചാത്താപമില്ല. അത് എമ്മിയുടെ ആത്മാവ് മനസ്സിലാക്കും.'

പടികൾ കയറി ചുറുചുറുക്കോടെ ഓടിവരുന്ന ജാക്കിനെ നോക്കി ഡോക്ടർ പുഞ്ചിരിയോടെ നിന്നു.

'എന്തുപറ്റി ജാക്ക്. ഇന്ന് കുറച്ചു സന്തോഷത്തിലാണല്ലോ. സറോഗസിയുടെ റിസൽട്ട് വരാൻ ഒരു മാസത്തോളം ഉണ്ടിനിയും.

'യേസ് ഡോക്ടർ. ഇന്നലത്തെ ശ്രമം വിജയിച്ചു. റിസൽട്ട് പോസിറ്റീവ് ആണ്. ഇന്നലെ എമ്മി കരഞ്ഞില്ല. അവൾക്ക് സന്തോഷമാണിപ്പോൾ. എനിക്കതറിയാൻ കഴിയുന്നുണ്ട്.'

ഒന്നും പറയാതെ നിർന്നിമേഷനായി ഡോക്ടർ ജാക്കിനെത്തന്നെ നോക്കിനിന്നു.

അയാൾക്ക് മനസ്സിലാവുന്നുണ്ടായിരുന്നില്ല ആ ചെറുപ്പക്കാരന്റെ മനസ്സ്.

ന്യൂജനറേഷൻ

'എന്റെ മോള് സംസാരിക്കില്ലേ ഡോക്ടറേ ഇനിയൊരിക്കലും?'

മുന്നിലിരുന്ന് വിതുമ്പുന്ന അയാളോട് എന്താണ് പറയേണ്ടത് എന്നറിയാതെ ഞാൻ പകച്ചിരുന്നു. കാരണം അഹമ്മദ് സാഹിബുമായി വെറും ഒരു രോഗിയുടെ പിതാവ് എന്ന ബന്ധം മാത്രമല്ല, എനിക്ക്.

പൊതുജനസമ്മതനായ അദ്ദേഹം വർഷങ്ങളായി ഒരു നല്ല സുഹൃത്തുകൂടിയാണ്. ഈ ടൗണിലെ ഏറ്റവും വലിയ പണക്കാരൻ. ഷോപ്പിംഗ് മാളും കെട്ടിടങ്ങളും എന്നുവേണ്ട നാട്ടിലെ സ്വത്തുവകകൾ ഏറിയഭാഗവും അദ്ദേഹത്തിന്റേതാണ്.

ആളൊരു ശുദ്ധഹൃദയനും പരോപകാരിയുമാണ്. ഭാര്യ സഫിയ. ഒറ്റ മകൾ ആണ് സാഹിബിന്. പന്ത്രണ്ടാംക്ലാസുകാരിയായ ജാസ്മിൻ. നല്ല പ്രസരിപ്പുള്ള സുന്ദരിയായ ഒരു മിടുക്കി കുട്ടി. അവളാണ് കഴിഞ്ഞ ആറു ദിവസമായി എന്റെ മാനസികാരോഗ്യകേന്ദ്രത്തിൽ കഴിയുന്നത്.

വിഷയം കൗമാരപ്രണയം തന്നെയാണ്. തൊട്ടടുത്തുള്ള അമ്പലത്തിലെ ശാന്തിക്കാരൻ പയ്യനുമായി കടുത്ത പ്രണയത്തിലായിരുന്നു മകൾ. സാഹിബ്ബിന്റെ കട മുറികളിൽ ഒന്നിലാണ് അയാൾ താമസിച്ചിരുന്നത്. ഒരുദിവസം പുലർച്ചെ മകളുടെ മുറിയിൽനിന്നും അയാൾ ഇറങ്ങിപ്പോകുന്നത് നേരിട്ട് കണ്ടതോടെയാണ് സാഹിബിന് കാര്യങ്ങളുടെ ഗൗരവം പിടികിട്ടിയത്.

പിന്നെ പതിവുപോലെ അടിയും ബഹളവും വഴക്കുമായി. മകൾ അവനെ മറക്കാൻ കഴിയില്ലെന്ന് തീർത്തുപറഞ്ഞു. ഇതിനിടെ പിറ്റേന്ന് അത്താഴം വിളമ്പിയപ്പോൾ മകൾ അവളുടെ ഭക്ഷണത്തിൽ വിഷം കലർത്തി കഴിക്കാൻ ശ്രമിച്ചു. കൃത്യസമയത്ത് ഉമ്മ കണ്ടതുകൊണ്ട് ഒരു ദുരന്തം ഒഴിവായി.

പക്ഷേ, പിറ്റേന്നുമുതൽ മകൾ ഒന്നും സംസാരിക്കുന്നില്ല.

അതിനുശേഷം ഇന്നുവരെ ഒരക്ഷരം പോലും അവൾ സംസാരിച്ചിട്ടില്ല.

രഹസ്യമായി ഇവിടെ എത്തിച്ച ആദ്യദിവസങ്ങളിൽ ഞാനും പരമാവധി ശ്രമിച്ചുനോക്കി. പക്ഷേ, ആ കുട്ടി വാ തുറന്ന് ഒരക്ഷരം ഉരിയാടിയില്ല. മകളുടെ അവസ്ഥ കണ്ട് തളർന്നുപോയ സാഹിബ് അവളുടെ

കാമുകനെ അന്വേഷിച്ചെങ്കിലും പയ്യൻ സ്ഥലം വിട്ടു എന്നാണ് അറിയാൻ കഴിഞ്ഞത്.

പലതരത്തിലുള്ള രോഗികൾ വന്നുപോകുന്ന എന്റെ ക്ലിനിക്കിൽ ജാസ്മിൻ തീർത്തും വ്യത്യസ്തമായ ഒരു അനുഭവമായിരുന്നു എനിക്ക്. അതുകൊണ്ടുതന്നെ തോറ്റു പിൻമാറാൻ ഞാൻ തയ്യാറല്ലായിരുന്നു. അമിതമായി ലാളിച്ചതിന്റെ വാശിയാണ് അവൾക്ക് എന്നാണ് പലപ്പോഴും എനിക്ക് തോന്നിയത്. അതുകൊണ്ടുതന്നെ ഇന്ന് വ്യത്യസ്തമായ രീതിയിലുള്ള ഒരു ചികിത്സാ സമീപനമാണ് ഞാൻ പ്ലാൻ ചെയ്തിരുന്നത്.

'ഡോക്ടർ...'

വാതിൽക്കൽനിന്നുള്ള അൻവറിന്റെ വിളിയാണ് എന്നെ ചിന്തകളിൽനിന്നും ഉണർത്തിയത്. വയലന്റാവുന്ന രോഗികളുമായി അത്യാവശ്യം മൽപ്പിടുത്തം നടത്തേണ്ടിവരുന്ന സാഹചര്യങ്ങളിൽ ഒരു നല്ല സഹായിയാണ് അൻവർ. ആറടി ഉയരവും കരിവീട്ടിയിൽ കടഞ്ഞെടുത്തതുപോലെ ആരോഗ്യമുള്ള ശരീരവും അവനെ മറ്റുള്ളവരിൽനിന്നും തീർത്തും വ്യത്യസ്തനാക്കി.

'ജാസ്മിനെ കൂടി വിളിക്കൂ അൻവർ.'

നിമിഷങ്ങൾക്കുള്ളിൽ ജാസ്മിനും ഉമ്മയും അൻവറിന്റെ നിഴലായി മുറിക്ക് പുറത്ത് തലകുനിച്ച് നിന്നു.

'ജാസ്മിൻ അകത്തേക്ക് വരൂ.'

മുന്നിൽ വന്ന് മരവിച്ച ഭാവത്തോടെ നിൽക്കുന്ന അവളോട് ഞാൻ മൃദുവായി ചോദിച്ചു. 'മോൾക്ക് എന്നോട് എന്തെങ്കിലും പറയാനുണ്ടോ? ഇല്ലെങ്കിൽ അൻവറിന്റെ കൂടെ മുറിയിലേക്ക് പോയ്ക്കോളൂ. ഉമ്മ തൽക്കാലം ഇവിടെ ഇരിക്കട്ടെ.'

ഞാൻ പറഞ്ഞതൊന്നും അവൾ കേട്ടില്ലെന്നു തോന്നി. അതേ മുഖഭാവത്തോടെ അവൾ പതുക്കെ എഴുന്നേറ്റ് അൻവറിനെ അനുഗമിച്ചു.

'ഉമ്മ അകത്തേക്ക് വരൂ.'

എന്റെ വിളി കേട്ട് അകത്തേക്ക് കയറി സാഹിബിന്റെ അടുത്തിരുന്ന ഉമ്മയുടെ മുഖം തീർത്തും നിർവികാരമായിരുന്നു. വന്ന അന്നുമുതൽ അവർ ഇങ്ങനെയാണ്. സാഹിബ് കരയുകയും പറയുകയും വെപ്രാളപ്പെടുകയും ചെയ്യുമ്പോഴൊക്കെ ഉമ്മ എന്തോ ആലോചിച്ച് അങ്ങനെ നിൽക്കും.

'എന്തെങ്കിലും ഒരു മാറ്റം ഉണ്ടാകുമോ ഡോക്ടർ?'

സാഹിബ് മുന്നോട്ട് വന്നിരുന്ന് വീണ്ടും ചോദിച്ചു.

'തീർച്ചയായും. ഇന്ന് മാറ്റമൊന്നും കണ്ടില്ലെങ്കിൽ നിങ്ങൾക്ക് വേറെ ഹോസ്പിറ്റലിലേക്ക് പോകാം.'

പെട്ടെന്നാണ് ആർത്തലച്ചുകരഞ്ഞുകൊണ്ട് 'ഉപ്പാ' എന്ന വിളിയോടെ ജാസ്മിൻ അകത്തേക്ക് വന്ന് സാഹിബിന്റെ മടിയിലേക്ക് വീണത്.

ഒരുനിമിഷംകൊണ്ട് അയാൾ ആകെ അന്ധാളിച്ചുപോയി. ഒരാഴ്ചയോളമായി നാവനക്കാതിരുന്ന മകളാണ് മുന്നിലിരുന്ന് ആർത്തലച്ച് നിലവിളിക്കുന്നത്. ആഹ്ലാദം നിറഞ്ഞ കണ്ണുകളോടെ അയാൾ മകളെ വാരിപ്പുണർന്നു. അപ്പോഴാണ് സാഹിബ് ശ്രദ്ധിച്ചത്. മകളുടെ വസ്ത്രങ്ങൾ അവിടിവിടെ കീറിയിരുന്നു. തലയിലെ ഷാളും കാണാനില്ല. കരയുന്നതിനിടയിൽ ജാസ്മിൻ വിക്കിവിക്കി പറഞ്ഞുകൊണ്ടിരുന്നു.

'ഉപ്പാ...അയാൾ...അയാളെന്നെ...'

അപ്പോഴാണ് മുറിയിലേക്ക് അൻവർ കയറിവന്നത്. അവന്റെ കയ്യിൽ ജാസ്മിന്റെ ഷോൾ കണ്ടതോടെ സാഹിബ് ചാടിയെഴുന്നേറ്റു.

ഇനിയും മൗനം തുടർന്നാൽ കാര്യങ്ങൾ അപകടത്തിലാകുമെന്ന് മനസ്സിലാക്കിയ ഞാൻ ചാടിയെണീറ്റ് അദ്ദേഹത്തിന്റെ ചുമലിൽ കൈവച്ചു.

'അങ്ങ് ഭയപ്പെടാതിരിക്കൂ. ഇതും ട്രീറ്റ്മെന്റിന്റെ ഒരു ഭാഗമാണ്. മറ്റു വഴികളൊന്നും ഇല്ലാത്തതിനാലാണ് ഞങ്ങൾക്ക് ഇത് ചെയ്യേണ്ടി വന്നത്. മോൾക്ക് യാതൊരു വിധ അപകടവും സംഭവിച്ചിട്ടില്ല. ഇനിയുള്ള കാര്യങ്ങൾ അവളോട് നേരിട്ട് ചോദിച്ചുകൊള്ളാം. അങ്ങ് ഭാര്യയെയും കൂട്ടി പുറത്തു പോയി കുറച്ചുസമയം ഇരിക്കൂ.'

നിശ്ശബ്ദമായി തലകുനിച്ചിരിക്കുന്ന ജാസ്മിന്റെ മുഖത്ത് അപ്പോഴും ഭയം ബാക്കി നിന്നിരുന്നു.

'ഇനി പറയൂ ജാസ്മിൻ. എന്തിനുവേണ്ടിയാണ്? എന്തായിരുന്നു മോളുടെ ഉദ്ദേശ്യം? ഇങ്ങനെ ഭയപ്പെടുത്തിയാൽ ഉപ്പ വിവാഹം നടത്തി തരും എന്ന് പ്രതീക്ഷിച്ചു അല്ലേ?'

നിറകണ്ണുകളോടെ അവൾ പതുക്കെ മുഖമുയർത്തി എന്നെ നോക്കി. പിന്നെ പതുക്കെ മന്ത്രിക്കുന്നതുപോലെ പറഞ്ഞു.

'കണ്ണേട്ടൻ എവിടെയുമില്ല. വിളിച്ചിട്ട് കിട്ടുന്നില്ല. ഉപ്പ എന്തോ ചെയ്തിട്ടുണ്ട്. അതുകൊണ്ടാണ് ഞാൻ...'

പതർച്ചയോടെയുള്ള അവളുടെ സംസാരത്തിൽ കള്ളം ഉണ്ടെന്ന് എനിക്കു തോന്നിയില്ല.

'ശരി. മോൾ വിഷമിക്കാതെ ഇരിക്കൂ. ഉപ്പയോട് ഞാൻ സംസാരിച്ചു. കാര്യങ്ങൾ എല്ലാം ശരിയാക്കാം. ഇപ്പോൾ പോയി വിശ്രമിച്ചുകൊള്ളൂ.'

നേഴ്സിന് പുറകെ അനുസരണയുള്ള ഒരു കുഞ്ഞിനെപ്പോലെ അവൾ ഇടനാഴിയിലൂടെ നടന്നുനീങ്ങുന്നത് നോക്കി ഞാൻ ചിന്താമഗ്നനായിരുന്നു. അപ്പോഴാണ് വാതിൽക്കൽ ഒരു വിളി ഉയർന്നത്.

'ഡോക്ടറേ, എനിക്ക് കുറച്ച് സംസാരിക്കാനുണ്ട്.'

സാഹിബിന്റെ ബീവി ആയിരുന്നതു അത്. അനുമതി കിട്ടുന്നതിനു മുമ്പേ അവർ ധൃതിപിടിച്ച് കയറി വന്ന് മുന്നിൽ ഇട്ടിരുന്ന കസേരകളി ലൊന്നിൽ ഇരുന്നു.

'ഓൾ എന്താ പറഞ്ഞത് ഡോക്ടർ?'

അവരുടെ മുഖത്തെ ജിജ്ഞാസ കണ്ടപ്പോൾ കാര്യങ്ങൾ ഒന്നും വിട്ടു പറയാൻ തോന്നിയില്ല

'എല്ലാം പറഞ്ഞിട്ടുണ്ട്.' ഒഴുക്കൻമട്ടിൽ പറഞ്ഞുനിർത്തി.

അവരുടെ മുഖം വികാരപാരവശ്യം കൊണ്ട് ചുവന്നിരുന്നു. ഇങ്ങ നെയുള്ള കേസുകളിൽ പലപ്പോഴും ചെയ്യാറുള്ളതുപോലെ ഞാൻ സാധാ രണരീതിയിൽ ചോദിച്ചു.

'ആ പയ്യൻ ഇപ്പോൾ എവിടെയുണ്ട്? അതുമാത്രമാണ് അവൾക്കുള്ള മരുന്ന്.'

'ഓനിനി വരില്ല ഡോക്ടറേ.'

മേശപ്പുറത്തു വെച്ചിരുന്ന പേപ്പർ വെയിറ്റ് കയ്യിൽ വെച്ച് ഉരുട്ടിക്കൊണ്ട് അതിൽത്തന്നെ നോക്കിയാണ് അവരുടെ സംസാരം.

'എന്നുവെച്ചാൽ...നിങ്ങൾ ആ പയ്യനെ കൊന്നുകളഞ്ഞു എന്നാണോ?'

എന്റെ ചോദ്യം ആ സ്ത്രീ കേട്ടതായി ഭാവിച്ചില്ല. മുന്നോട്ടാഞ്ഞു കൊണ്ട് ഞാൻ വീണ്ടും ചോദിച്ചു.

'എത്ര വലിയ തെറ്റാണ് നിങ്ങൾ ചെയ്തത് എന്ന് നിങ്ങൾക്കറി യാമോ? മകളെ കാര്യങ്ങൾ പറഞ്ഞുമനസ്സിലാക്കുന്നതിന് പകരം...?'

അവർ തലയുയർത്തി എന്റെ മുഖത്തേക്കു നോക്കി.

പിന്നെ പറഞ്ഞു. 'കൊന്നിട്ടില്ല. വേണമെങ്കിൽ അതും ചെയ്യും.'

അവരുടെ മുഖഭാവം കണ്ടപ്പോൾ അതിനും മടിക്കില്ല എന്നാണ് എനിക്കു തോന്നിയത്. ഒരു സംശയം കൂടി ബാക്കി ഉണ്ടായിരുന്നു.

'സാഹിബ്?'

'ഇതുവരെ അറിയില്ല. അറിയിച്ചിട്ടില്ല.'

അവരുടെ മറുപടി എന്നിൽ അതിശയം ഉളവാക്കി. പുറംലോകമെ ന്തെന്നറിയാത്ത വെറും ഒരു സാധാരണ വീട്ടമ്മയാണവർ എന്നായിരുന്നു ഇതുവരെയുള്ള എന്റെ ധാരണ. ഭർത്താവറിയാതെ ഇത്രയൊക്കെ ചെയ്തു കൂട്ടാൻ അവർക്ക് എങ്ങനെ ധൈര്യം വന്നു? ചിലപ്പോൾ ഒന്നു ഭയപ്പെടുത്തിയാൽ അവർ എല്ലാം തുറന്നുപറഞ്ഞേക്കും. അങ്ങനെയുള്ള സംഭവങ്ങൾ മുന്നേ ഉണ്ടായിട്ടുണ്ട്.

'കാര്യങ്ങൾ തുറന്നു പറയാത്തപക്ഷം പോലീസിനെ വിളിക്കേണ്ടി വരും. സംഭവിച്ചതെന്താണെന്ന് ഇവിടെവെച്ച് പറയുന്നത് തന്നെയല്ലേ നല്ലത്?'

എന്റെ സംസാരം കേട്ട് അവരുടെ മുഖത്ത് പുച്ഛചിരിയാണ് പ്രതിഫ ലിച്ചത്. അവർ കസേര പുറകിലേക്ക് നീക്കി പതുക്കെ എഴുന്നേറ്റ് വാതിൽ ക്കലേക്ക് നടന്നു. വാതിൽക്കൽ ഒരുനിമിഷം നിന്നശേഷം എന്തോ ആലോചിച്ച് തിരിച്ചുവന്നു.

എന്റെ മുന്നിലെ മേശപ്പുറത്ത് രണ്ടു കയ്യും ഊന്നി തലതാഴ്ത്തി കല്ലിച്ച ശബ്ദത്തിൽ പതുക്കെ പിറുപിറുത്തു.

'എന്തു വേണേലും ചെയ്തോളൂ ഡോക്ടറേ. പക്ഷെ ന്റെ വായീന്ന് ഇങ്ങക്കൊന്നും കിട്ടാമ്പോണില്ല. പിന്നെ ന്റെ മോള് ജാസ്മി...ഓളും ഒന്നും പറയില്ല..ന്താച്ചാല്...പറഞ്ഞാല് ഉപ്പാന്റെ മയ്യത്ത് കാണേണ്ടിവരും ഓള്.'

സ്വരം ഒന്ന് മയപ്പെടുത്തി ഞാൻ പതുക്കെ പുഞ്ചിരിയോടെ ചോദി ച്ചു.

'എന്തിനാണ് വെറുതെ? പിള്ളേര് സ്നേഹിച്ചുപോയതല്ലേ. ഒന്നിച്ച് ജീവിക്കട്ടെ.'

അവരുടെ മുഖം ഒന്നുകൂടി കടുത്തു. 'അങ്ങന്യാ ഡോക്ടറെ ഞാനും വിചാരിച്ചത്. ഓള് ചോറ്റിൽ വിഷം കലക്കുംവരെ. അത് ഓൾക്ക് വേണ്ടി യാണെങ്കിലും ഞാൻ ക്ഷമിച്ചേനെ. പക്ഷെ ഇത്..?'

'ഇത്..?' ആകാംക്ഷകൊണ്ട് ഞാനറിയാതെ ചോദിച്ചുപോയി.

'ഉപ്പാന്റെ ചോറിലാണ് ഓള് വിഷം കലക്കിയത് ഡോക്ടറെ. കൃത്യ സമയത്ത് ഞാൻ കണ്ടില്ലേൽ ഉപ്പാനെ ഓള് കൊന്നേനെ. അടിയും ഒച്ച പ്പാടും കേട്ട് കേറിവന്ന ആ മനുഷ്യൻ നെഞ്ചുപൊട്ടി ചാവാതിരിക്കാൻ ഞാൻ വെറുതെ വിളിച്ചുപറഞ്ഞതാണ് ഓള് ചോറിൽ വിഷം കലക്കി തിന്നാൻ പോയെന്ന്. ആ ഒരു വെപ്രാളം കൊണ്ടാണ് പിറ്റേന്നുമുതൽ ഓള് മിണ്ടാതെ നടന്നത്.'

അവരുടെ മുഖം കനൽക്കട്ടപോലെ ചുവന്നിരുന്നു.

'സ്വന്തം ഉപ്പാന്റെ മയ്യത്തിന് മേലെ സുബർക്കം പണിയേണ്ട ഓള്. പൊന്നുമോളോട് സ്നേഹം കുറഞ്ഞുപോകുമോ എന്നു പേടിച്ച് ഇനി യൊരു കുട്ടി വേണ്ട എന്നു തീരുമാനിച്ച മനുഷ്യനാണ്. ആ പൊന്നു മോള് ഇന്നലെ കണ്ട ഒരു ചെക്കനുവേണ്ടി സ്വന്തം ബാപ്പാനോട് ചെയ്തതോ?'

ചുവന്ന കവിളിലൂടെ ഒഴുകി ഇറങ്ങുന്ന കണ്ണുനീർത്തുള്ളികൾ ലൈറ്റിന്റെ വെളിച്ചത്തിൽ ചോരച്ചാലുകൾ പോലെ തോന്നി. തട്ടത്തിന്റെ ഒരു വശംകൊണ്ട് മുഖമമർത്തി തുടച്ച് അവർ ഇറങ്ങിപ്പോകുന്നതും നോക്കി ഞാൻ നിശ്ചലനായിരുന്നു.

ഇത്രയും വർഷത്തെ ഔദ്യോഗികജീവിതത്തിലാദ്യമായി ഇനിയെന്ത് എന്നൊരു ചോദ്യം എന്റെ മനസ്സിൽ അലയടിക്കുന്നുണ്ടായിരുന്നു.

കഥപറയുന്ന കണ്ണുകൾ

എത്രദൂരം ഓടിയെന്നറിയില്ല.

ഇറക്കം കുറഞ്ഞ വസ്ത്രം ഏതോ മുള്ളിൽ കുരുങ്ങി പാതിയും കീറിപ്പറിഞ്ഞുപോയിരുന്നു. കാൽപ്പാദങ്ങൾ എവിടെയൊക്കെയോ തട്ടി രക്തമൊഴുകുന്നുണ്ടായിരുന്നു.

ദൂരെ ആളുന്ന വെളിച്ചത്തിലേക്കാണ് ഓടിക്കയറിയത്. അതൊരു ശ്മശാനമായിരുന്നു. ശവം കത്തിയെരിയുന്ന രൂക്ഷഗന്ധം ആയിരുന്നു ചുറ്റിലും.

ഒരു ചിത കത്തിത്തീർന്നിരിക്കുന്നു.

തൊട്ടടുത്തായി പാതിയായ മറ്റൊരു ചിത ആളിക്കത്തുന്നു. തളർന്ന കണ്ണുകൾ വലിച്ചുതുറന്ന് ഞാൻ ചുറ്റിലും നോക്കി. കർപ്പൂരത്തിന്റെയും സാമ്പ്രാണിയുടെയും ഗന്ധം ഇടകലർന്ന ചൂടുള്ള കാറ്റ് എന്റെ മുഖത്തടിച്ചു. കോരിച്ചൊരിയുന്ന മഴയത്തും അഗ്നിനാളങ്ങൾ കത്തിക്കൊണ്ടിരുന്നു. എന്റെ ഹൃദയത്തിലൂടെ ഒരു മിന്നൽ ഇളക്കിക്കൊണ്ട് ചിതയിൽനിന്ന് ശവം ഒന്നു നിവർന്നു. അലറിക്കരഞ്ഞുകൊണ്ട് ഞാൻ താഴേക്ക് കുഴഞ്ഞുവീണു. ബോധം മറയുംമുമ്പ് അടയുന്ന കൺപോളകൾക്കിടയിലൂടെ ചിതയിൽ നിന്നെന്നപോലെ ഒരാൾ നീളമുള്ളൊരു വടിയുമായി എന്നിലേക്കടുക്കുന്നത് കണ്ടു.

നല്ല വെളിച്ചമായിരുന്നു ഉണരുമ്പോൾ. ചാണകം മെഴുകിയ തറയിലായിരുന്നു ഞാൻ.

തലേ രാത്രിയിലെ സംഭവങ്ങൾ ഓരോന്നായി എന്റെ ഹൃദയത്തിലേക്ക് തിരമാലപോലെ തള്ളിക്കയറി വന്നുകൊണ്ടേയിരുന്നു.

ചിന്തയുടെ അവസാനം ഞാൻ ഞെട്ടിയെണീറ്റു. ഇന്നലത്തെ ശവം.

അതൊരു കാടായിരുന്നു. വീഴാറായ ഒരു കുടിലും. കുടിലിന്റെ ഇടതുവശത്താണ് ശ്മശാനം. തലേന്നത്തെ ചിതകൾ രണ്ടും കെട്ടടങ്ങിയിരിക്കുന്നു. മഴവെള്ളം അവിടവിടെയായി കെട്ടിക്കിടക്കുന്നുണ്ടായിരുന്നു.

വലതുവശം കാടിനപ്പുറം ശവംനാറിയും മഞ്ഞക്കോളാമ്പിയും നിറഞ്ഞ വേലിക്കെട്ട്.

കാലിനരികിലായി ആരോ എന്തോ വച്ചതുപോലെ തോന്നി. ഒരു മൺകുടത്തിൽ വെള്ളമാണത്. അതിനുപുറകിലായി വൃത്തികെട്ട രണ്ടു

പാദങ്ങളാണ് ആദ്യം കണ്ടത്. നീണ്ടു കറുത്ത നഖങ്ങളുള്ള ചെളിയും ചാരവും ഉണങ്ങിപ്പിടിച്ച രണ്ടു കാലുകൾ. ഞെട്ടലോടെ പിന്നിലേക്ക് മാറിപ്പോയി അറിയാതെ.

കറുപ്പു കലർന്ന ചെളി പിടിച്ച തുണി അരയിൽ ചുറ്റിയ ബലിഷ്ഠമായ ശരീരമുള്ള ഒരാളായിരുന്നു അയാൾ. പക്ഷെ, നിർജ്ജീവമായ കണ്ണുകൾ. പതറിയ നോട്ടം എവിടേക്കോ ആണ്. വളർന്നിറങ്ങിയ താടിയും മുടിയും.

വെള്ളം എന്റരികിലേക്ക് നീക്കിവച്ച് അയാൾ ചിതയ്ക്കരികിലേക്ക് ഇറങ്ങിപ്പോയി. അണഞ്ഞുതുടങ്ങിയ കനലുകൾ കൈകൊണ്ട് ഇളക്കി മാറ്റി അതിൽ നിന്നും ചാരം വാരിയെടുത്ത് അയാൾ എന്റെ കാൽക്കൽ വന്നിരുന്നു. ചൂടുള്ള ചാരം എന്റെ പാദത്തിലെ മുറിവിലേക്ക് അമർത്തി അയാൾ. പുകയുന്ന കാലുകൾ അറപ്പോടെ ഞാൻ വലിച്ചെടുത്തു.

നിശ്ശബ്ദനായിത്തന്നെ അയാൾ ചിതയുടെ അടുത്തേക്ക് നടന്നുപോയി. എന്റെ മുഖത്തേക്ക് ഒരിക്കൽപ്പോലും അയാൾ നോക്കിയതേയില്ല. ആ വെള്ളം പോലും എന്നിൽ ഭയം ജനിപ്പിച്ചു.

ഒരു രക്ഷാമാർഗ്ഗത്തിനായി ഞാൻ നാലു ചുറ്റും നോക്കി. പിന്നെ ഇറങ്ങിയോടി. എങ്ങനെയെങ്കിലും അവിടെനിന്നും എത്രയും ദൂരെ എത്തിയാൽ മതിയായിരുന്നു എനിക്കപ്പോൾ. അയാളതും നോക്കി നിസ്സംഗനായിരിക്കുന്നത് കൺകോണിലൂടെ എനിക്കു കാണാമായിരുന്നു.

'ഇതല്ലേ മാഡം വീട്?'

ഓട്ടോ ഡ്രൈവറുടെ സ്വരമാണെന്നെ ഉണർത്തിയത്. അയാളുടെ ആർത്തിപിടിച്ച കണ്ണുകൾ എന്റെ തുടകളിൽ ആയിരുന്നു അപ്പോൾ. ജീവനുള്ള...ആർത്തിയും ആസക്തിയും തുടിക്കുന്ന കണ്ണുകൾ.

തളർന്ന കാലുകൾ പെറുക്കിവച്ച് ഞാൻ പുറത്തിറങ്ങി. പണം കൊടുക്കാൻ വാച്ച്മാൻ ഇറങ്ങിവരുന്നുണ്ടായിരുന്നു. അയാളെന്റെ കീറിയ വസ്ത്രങ്ങളെയും അഴിഞ്ഞുലഞ്ഞ മുടിക്കെട്ടിനെയും കണ്ണുകൾ കൊണ്ട് അളന്ന് ഒതുങ്ങിനിന്നു. ആയിരം ചോദ്യങ്ങളുടെ ജീവൻ തുടിക്കുന്ന കണ്ണുകൾ.

ശ്രാവൺ ഒരുങ്ങുകയായിരുന്നു ബെഡ്റൂമിൽ. പോളിഷ് ചെയ്ത ഷൂ ഇടുവിച്ച സാറയുടെ കവിളിൽ തട്ടി അയാളെന്തോ പറഞ്ഞു. അവൾ ഇളകിച്ചിരിച്ചുകൊണ്ട് മുഖം ഉയർത്തിനോക്കിയത് എന്റെ കണ്ണുകളിലേക്കായിരുന്നു.

ജീവനുള്ള കണ്ണുകൾ. ലജ്ജയും കാമവും തിളങ്ങുന്ന കണ്ണുകൾ.

യജമാനപത്നിയെക്കണ്ട കപടബഹുമാനത്തോടെ മുഖം ഒരു വശത്തേക്കു കോട്ടി അവൾ ഇറങ്ങിപ്പോകുന്നതും നോക്കി ഞാൻ നിന്നു.

'താൻ കുറച്ച് റെസ്റ്റെടുക്കൂ. ഞാനിന്ന് നേരത്തെ വരാം.'

ഒന്നും സംഭവിക്കാത്തതുപോലെ എന്റെ കവിളിൽ വിരൽകൊണ്ട് തട്ടുന്ന ശ്രാവണിന്റെ കണ്ണുകളിലേക്ക് ഞാൻ സൂക്ഷിച്ചുനോക്കി.

ജീവനുള്ള കണ്ണുകൾ.

ആരോരുമില്ലാത്ത നവവധുവിനോടുള്ള പുച്ഛവും കുറുക്കന്റെ കൗശലവും തുടിക്കുന്ന കണ്ണുകൾ.

അതൊരു സ്വപ്നമായിരുന്നു. ഏറെനാളുകൾക്കുശേഷം എന്റെ കണ്ണുകൾ ഞാൻ കണ്ടു. അനാഥയായ നയനയുടെ നിഷ്ക്കളങ്കമായ വിടർന്ന മിഴികൾ. ഒരുപാട് പ്രതീക്ഷകൾ നിറഞ്ഞ പ്രാർത്ഥനാനിർഭരമായ മിഴികൾ. തന്റെ നൃത്തം കണ്ട് ഇഷ്ടപ്പെട്ട് നേരിട്ട് വന്ന് വിവാഹം ആലോചിച്ച കോടീശ്വരനായ യുവാവിന് തന്നെ വിവാഹം ചെയ്തുകൊടുക്കാൻ മദർ സമ്മതിക്കണമേ എന്ന പ്രാർത്ഥനയും. ഇതുവരെ അറിയാത്ത സമ്പന്നതയുടെയും സമൃദ്ധിയുടെയും സുഖലോലുപതയിൽ മുങ്ങിക്കുളിക്കുവാനുള്ള പ്രതീക്ഷയും നിറഞ്ഞുനിന്ന കണ്ണുകൾ.

'നയനാ എഴുന്നേൽക്കൂ. ക്ലബ്ബിൽ ഏഴുമണിക്ക് പാർട്ടിയുണ്ട്. മസ്റ്റ് ആന്റ് ഷുഡ് നമ്മൾ അറ്റൻഡ് ചെയ്യണം. പെട്ടെന്ന് റെഡിയാവാൻ നോക്കൂ.'

ഗാഢനിദ്രയുടെ ഏതോ തലത്തിൽനിന്നും ബോധത്തിലേക്കെന്നെ തള്ളിയിട്ട വാക്കുകൾ. ഞെട്ടിയുണർന്ന എന്റെ മുന്നിൽ പുഞ്ചിരിക്കുന്ന ജീവനുള്ള രണ്ടു കണ്ണുകൾ. അവസാനം ഇരയെ കൈകളിൽ കിട്ടിയ വേട്ടക്കാരന്റെ ഭാവമാണിപ്പോൾ ആ കണ്ണുകൾക്ക്.

ഇന്നലത്തെ രാത്രി ആവർത്തിക്കപ്പെടുകയാണ്.

ഹൃദയം വിറച്ചുതുള്ളുന്നു. പാർട്ടി തുടങ്ങിക്കഴിഞ്ഞു. എങ്ങും പാട്ടും ബഹളവും. കുപ്പികൾ കൂട്ടിമുട്ടുന്ന...ഗ്ലാസുകൾ നുരയുന്ന ശബ്ദങ്ങളും.

എല്ലാ കണ്ണുകളിലും ജീവനുണ്ട്.

ആലസ്യവും ആർത്തിയും തിളങ്ങുന്ന കണ്ണുകൾ.

നഗ്നതയിലേക്കു മാത്രം നീളുന്ന കണ്ണുകൾ.

വീണ്ടും സ്ഫടികപാത്രം കൊണ്ടുവരുന്നു. എല്ലാവരും വണ്ടിയുടെ താക്കോലുകൾ അതിലിടാൻ മത്സരിക്കുന്നു. ഓരോരുത്തരായി വരുന്നു. ഓരോ താക്കോൽ എടുക്കുന്നു. ഉയർത്തിപ്പിടിക്കുന്നു. ആ കാറിന്റെ ഉടമസ്ഥന്റെ ഭാര്യ ഇന്ന് അയാൾക്കു സ്വന്തം.

ആർത്തിപിടിച്ച ജീവനുള്ള കണ്ണുകൾകൊണ്ട് അവർ ഓരോരുത്തരും പരസ്പരം കോരിക്കുടിക്കുന്നു. മദ്യലഹരിയിൽ അവിടെവെച്ചുതന്നെ ചിലർ രതിവൈകൃതങ്ങളിലേക്കു തിരിയുന്നു.

ജീവനില്ലാത്ത എന്റെ കണ്ണുകൾ നിറഞ്ഞൊഴുകിത്തുടങ്ങിയിരുന്നു.

ചുമലിൽ ഒരു കരസ്പർശം. അത് താഴേക്ക് ഒഴുകുന്നു. മാറിടങ്ങൾ കശക്കി ഞെരിച്ചുകൊണ്ട് ചെവിയിലേക്ക് മുഖം ചേർത്ത് വേട്ടക്കാരൻ ഇരയോട് പറയുന്നു.

'കം ഓൺ ബേബീ...ലെറ്റസ് ഗോ.'

അയാളുടെ കരവലയത്തിൽ ഞെരിഞ്ഞമർന്നു വലിച്ചിഴക്കപ്പെടുമ്പോൾ ഒഴുകിപ്പരക്കുന്ന കണ്ണീരിനിടയിലൂടെ കണ്ടു മറ്റൊരു സ്ത്രീയുടെ മാദകശരീരവും ചേർത്തുപിടിച്ച് പരസ്പരം പുണർന്നുകൊണ്ട് അവരുടെ കാറിലേക്ക് നീങ്ങുന്ന ശ്രാവണിനെ കാമവും ആസക്തിയും തിളങ്ങുന്ന ജീവനുള്ള കണ്ണുകൾ...അവയുടെ തിളക്കം ആ ഇരുണ്ട വെളിച്ചത്തിലും ജ്വലിച്ചു.

കോട്ടേജിന്റെ പുറത്തായി കാറുകൾ നിരനിരയായി നിർത്തിയിട്ടിരിക്കുന്നു. ഓരോ കോട്ടേജിലും ഓരോ ജോഡികൾ. ചിലർ കാറിൽത്തന്നെ മദ്യലഹരിയിൽ കാമപ്പേക്കൂത്തുകൾ തുടങ്ങിക്കഴിഞ്ഞിരിക്കുന്നു.

നഗരാതിർത്തിയിൽ വിജനമായ പ്രദേശത്താണ് കോട്ടേജ്. അതുകഴിഞ്ഞാൽ ചതുപ്പുപ്രദേശമാണ് അതിനുമപ്പുറെയാണ് ആ ശ്മശാനം.

ഇന്നലത്തെ എന്റെ വേട്ടക്കാരന് കാലുകൾ നിലത്തുറയ്ക്കുന്നുണ്ടായിരുന്നില്ല. അതുകൊണ്ടുതന്നെ ഇറങ്ങിയോടുമ്പോൾ ഉറപ്പുണ്ടായിരുന്നു. പിന്നാലെ വരാനുള്ള ബോധം അയാൾക്കില്ലെന്ന്. പക്ഷെ ഇന്ന്....

വേട്ടക്കാരൻ ശക്തനാണ്. ബോധം മറയുംവരെ മദ്യപിച്ചിട്ടില്ല അയാൾ. ദേഹം മുഴുവൻ പുഴുക്കളെപോൽ അയാളുടെ ആർത്തിപിടിച്ച വിരലുകൾ ഒഴുകി നടക്കുകയായിരുന്നു ഇവിടെത്തുവോളം.

ബെഡിൽ വലിച്ചെറിയപ്പെടുമ്പോൾ തല എവിടെയോ ശക്തിയായി ഇടിച്ചു.

മരവിച്ചുപോയ കുറച്ചുനിമിഷങ്ങൾ. ബോധത്തിലേക്കു വരുമ്പോൾ തിളങ്ങുന്ന അയാളുടെ കണ്ണുകൾ ആണ് കണ്ടത്.

ആർത്തിപിടിച്ച കണ്ണുകൾ...മുഖത്തേക്കു താഴ്ന്നുവരുന്ന ചുണ്ടുകൾ. ശരീരം മുഴുവനും ശ്വാസം കിട്ടാതെ അയാൾക്കു കീഴിൽ ഞെരിഞ്ഞമർന്നുകൊണ്ടിരിക്കുകയായിരുന്നു.

കണ്ണുകൾ...ജീവനുള്ള ആർത്തിപിടിച്ച കണ്ണുകൾ...

ശ്വാസം മുട്ടുന്നു.

പിടി വിടുവിക്കാൻ ശ്രമിച്ചു.

കഴിയുന്നില്ല.

വീണ്ടും ശ്രമിച്ചു. ഇടതുകൈ സ്വതന്ത്രമായി.

അടുത്തെത്തിക്കഴിഞ്ഞു...ആസക്തി നിറഞ്ഞ കണ്ണുകൾ.

ആർത്തിയും പുച്ഛവും തിളങ്ങുന്നു.

അറിയാതെ ഇടംകൈ ഉയർന്നു. ചെത്തിമിനുക്കി ഒരുക്കിയ നഖങ്ങൾ ആഴ്ന്നിറങ്ങി.

അലർച്ച കേട്ടു.

ഇല്ല തിളങ്ങുന്നില്ല. ഇപ്പോൾ കണ്ണുകൾ തിളങ്ങുന്നില്ല.

ഇരുട്ടാണ്.

വിരലുകളിൽ ചോരപ്പശ ഇഴുകുന്നുണ്ട്.

എത്രനേരമായി ഓടുന്നുവെന്നറിയില്ല. ഇനിയെത്ര ദൂരമുണ്ടെന്നറിയില്ല. പക്ഷെ, ജീവനില്ലാത്ത കണ്ണുകൾ...

അവിടേക്കാണെന്റെ യാത്ര.

ഞാനറിയാതെ തന്നെ കാലുകൾ വേഗം കൂട്ടിത്തുടങ്ങി.

നശിക്കാത്ത നന്മ

കോരിച്ചൊരിയുന്ന മഴയിലൂടെ സൈറൺ മുഴക്കിവന്ന ആംബുലൻസ് ഞങ്ങളെ കടന്നുപോയി. തൊട്ടുപുറകെ പോലീസ് ജീപ്പും അതിന്റെ പുറകിലെ സീറ്റിൽ ഒരു കുട്ടിയുമുണ്ട്.

വണ്ടിയുടെ സ്പീഡിൽ റോഡിലൂടെ ഒഴുകിയ വെള്ളം മൊത്തം ദേഹത്തേക്കു തെറിച്ചു. ബാക്കികൂടി നനഞ്ഞൊട്ടി ഞങ്ങൾ മൂന്നാളും.

'അവനെ കിട്ടി അല്ലേ?' മൃദുല ചോദിക്കുന്നുണ്ട്.

ഞങ്ങൾ നിശ്ശബ്ദരായി സ്കൂൾ കോമ്പൗണ്ടിലേക്ക് കയറിച്ചെന്നു.

വിശാലമായ ഗ്രൗണ്ട് മൊത്തം ജനങ്ങൾ തിങ്ങിനിറഞ്ഞിരിക്കുന്നു. പന്തലിനുള്ളിൽ ഉള്ളവരൊഴികെ എല്ലാവരും നനഞ്ഞുകൊണ്ട് പുറത്തൊക്കെയായി നിൽക്കുകയാണ്. ആരൊക്കെയോ കരയുന്നുണ്ട്. കുറെ കുട്ടികൾ...കുറച്ച് ടീച്ചർമാർ...പിന്നെ കുറച്ച് അമ്മമാരും.

പന്തലിന് നടുവിൽ ടേബിളിൽ അവൻ നീണ്ടുനിവർന്നുകിടന്നു. ഒരു ശവപ്പെട്ടി പോലുമില്ലാതെ. ഒരു ഉണക്കപ്പുൽ കിടക്കയിൽ കണ്ണടച്ച് ഉറങ്ങും പോലെ വെള്ള പുതച്ചുകിടന്നു ആ കുഞ്ഞുശരീരം.

ഇതിനുമുമ്പ് ഫ്ളാറ്റിൽ പാലുംകൊണ്ട് വന്നപ്പോൾ ആണ് ഞാൻ അവനെ കണ്ടിട്ടുള്ളത്. അവന് അമ്മയില്ലെന്ന് മറ്റു ടീച്ചർമാർ പറഞ്ഞാണ് ഞങ്ങൾ അറിഞ്ഞത്. കുടിച്ചുവന്ന് അമ്മയെ വെട്ടിക്കൊന്ന അച്ഛൻ ഇപ്പോൾ ജയിലിലാണ്.

അവനും അനിയത്തിയും മുത്തശ്ശിയുടെ കൂടെയാണ് താമസം.

അവർക്ക് കുറച്ച് എരുമകൾ ഉണ്ട്.

അതാണ് ആകെയുള്ള ആദായം.

അതുകൊണ്ടുതന്നെ എല്ലാ വീട്ടിലും പാലുകൊടുത്തതിനുശേഷമാണ് അവന്റെ സ്കൂളിൽ പോക്ക്.

'സിദ്ധാർത്ഥ സ്കൂളിൽ' അവന് എങ്ങനെ അഡ്മിഷൻ കിട്ടി എന്ന് ആലോചിച്ചിട്ടുണ്ട് ഞാൻ. കാരണം പൈസക്കാരുടെ മക്കൾ പഠിക്കുന്ന ഇവിടുത്തെ ഏറ്റവും വലിയ സ്കൂളാണത്. പ്രിൻസിപ്പാൾ വിജയപ്രസാദ് സാറാണ്. ഈ സ്കൂളിന്റെ നേട്ടത്തിനു പിന്നിൽ അദ്ദേഹത്തെപ്പറ്റി കേട്ടറിവേയുള്ളു എനിക്കന്ന്. വല്ലാത്ത കണിശക്കാരൻ. ചെറിയ തെറ്റുകൾപോലും ക്ഷമിക്കില്ല. അദ്ദേഹത്തിന്റെ അടിയും പേരുകേട്ടതാണ്.

ഒരു കുട്ടി തെറ്റുചെയ്താൽ ആ ക്ലാസിലെ മുഴുവൻ കുട്ടികളെയും ഗ്രൗണ്ടിൽ ഇറക്കിനിർത്തി അവരുടെ മുന്നിൽ വച്ചാണ് ആ കുട്ടിയെ അടിക്കുക. അതുകൊണ്ടുതന്നെ അച്ചടക്കത്തിന് പേരുകേട്ടതായിരുന്നു സിദ്ധാർത്ഥ സ്കൂൾ.

ആ സ്കൂളിൽനിന്നാണ് കുട്ടികൾ ഇന്റർവെൽ സമയത്ത് മതിലുചാടി അപ്പുറത്തെ ബേക്കറിയിൽ പോയി 'പുനുഗുല' (ആന്ധ്രക്കാർ കൂടുതലായി കഴിക്കുന്ന ചെറിയ ബാൾ പോലെയുള്ള പലഹാരം) കഴിച്ചത്.

അതിനിടെ ആരെയോ കണ്ട കുട്ടികൾ ഓടുകയും അതിൽ ഒരാൾ റോഡിൽ വീഴുകയും ചെയ്തു. അപ്പോത്തന്നെ ഹോസ്പിറ്റലിൽ എത്തിച്ചെങ്കിലും ശ്വാസകോശത്തിൽ പലഹാരം ബ്ലോക്കായി ആ കുട്ടി തൽക്ഷണം മരിച്ചിരുന്നു. അത്രയേ കടക്കാരനും നാട്ടുകാർക്കും അറിയൂ. മറ്റേ കുട്ടി പേടിച്ച് അപ്പോൾത്തന്നെ ഓടിക്കളഞ്ഞതിനാൽ അവനെ അന്വേഷിച്ചു പിടിച്ച് പോലീസ് സ്കൂളിലേക്ക് കൊണ്ടുവന്നതാണിപ്പോൾ.

ഓഫീസ് റൂമിൽ കുറെ സമയമായിട്ട് അവനെ ചോദ്യം ചെയ്യുകയാണ് സി.ഐ. പുറത്ത് മൊത്തം ആളുകളും അവന്റെ വാക്കുകൾക്കായി കാത്തിരിക്കയായിരുന്നു. ഉള്ളിൽ വിജയപ്രസാദ് സാറും കുട്ടിയുടെ അമ്മാവനും ടീച്ചർമാരും മാത്രമേയുള്ളു.

ശവത്തിനരികിൽ ബോധമില്ലാതെ കിടന്ന മരിച്ച കുട്ടിയുടെ മുത്തശ്ശി ഇതൊന്നും അറിഞ്ഞില്ല.

'ഇനിയും നീ പറഞ്ഞില്ലെങ്കിൽ തീർച്ചയായും നീ അടി വാങ്ങിക്കും.'

സി.ഐ ലാത്തി എടുത്ത് മേശപ്പുറത്ത് വച്ച് അവനെ നോക്കി.

'പറ മോനേ എന്തിനാ ആ സമയത്ത് കടയിൽ പോയത് നിങ്ങൾ?'

'സായിക്ക് വിശന്നിട്ടാ.' വിക്കി വിക്കി അവൻ പറഞ്ഞു.

'ചോദിച്ചാൽ വിടാത്തതുകൊണ്ട് പുറകിലൂടെ ചാടിയതാ.' ഏങ്ങലടിച്ചുകൊണ്ട് അവൻ പറഞ്ഞു.

'ശരി. അതിനിടെ ആരെക്കണ്ടിട്ടാ നിങ്ങൾ ഓടിയത്?'

അവന്റെ മുഖത്ത് രക്തമയം ഇല്ലായിരുന്നു. പേടിയോടെ അവൻ ടീച്ചർമാരെയും മാമനെയും മാറിമാറിനോക്കി.

പിന്നെ പതുക്കെ കൈ ചൂണ്ടി. എല്ലാവരും ഞെട്ടിത്തരിച്ചുപോയി.

വിജയപ്രസാദ് സാർ ചാടിയെണീറ്റു.

അതിനുമുന്നേ അദ്ദേഹത്തിന്റെ മുഖത്ത് അവന്റെ അമ്മാവൻ ഒരു പച്ചത്തെറി വിളിച്ച് ആഞ്ഞടിച്ചു. പകച്ചുനിൽക്കുന്ന അദ്ദേഹത്തെ വലിച്ച് പുറത്തേക്ക് തള്ളിയിട്ടു.

'ഇവനാ ഇവനൊറ്റയൊരുത്തനാ എന്റെ ചെറുക്കൻ മരിക്കാൻ കാരണം.'

രണ്ടുനിമിഷംകൊണ്ട് അവിടമൊരു യുദ്ധക്കളമായി മാറി. ആ ചെളി വെള്ളത്തിൽ ഇട്ട് ആരൊക്കെയോ അദ്ദേഹത്തെ ക്രൂരമായി മർദ്ദിച്ചു. പത്തിൽ താഴെയുള്ള പോലീസുകാർക്ക് ഒന്നും ചെയ്യാൻ കഴിഞ്ഞില്ല. സ്ത്രീകളെല്ലാം നിലവിളിച്ചുകൊണ്ട് ഓടിമാറി. പുരുഷന്മാർ ശാപവചനങ്ങളും തെറിവാക്കുകളും വിളിച്ച് പറഞ്ഞ് അദ്ദേഹത്തെ മഴവെള്ളത്തിൽ ഇട്ട് ചവുട്ടിയരച്ചു.

മൂക്കിലൂടെയും വായിലൂടെയും ചോരയൊഴുകി കീറിപ്പറിഞ്ഞ ഷർട്ടോടെ ഒടുവിൽ അദ്ദേഹത്തെ പോലീസുകാർ എങ്ങനെയൊക്കെയോ വലിച്ചെടുത്ത് താങ്ങിപ്പിടിച്ച് ജീപ്പിൽ കയറ്റുന്നത് കണ്ട് മരവിച്ചുനിന്നു ഞങ്ങളും. അപ്പോഴും അദ്ദേഹത്തിന്റെ കണ്ണുകളിൽ ഞെട്ടൽ മാത്രമേയുണ്ടായിരുന്നുള്ളു.

നിരപരാധിത്വം വിളിച്ചുപറയുന്നുണ്ടായിരുന്നു ആ കണ്ണുകൾ.

ഇന്ന് വർഷാവസാന കാൻവാസിങ്ങിന് ഇറങ്ങിയതായിരുന്നു ഞങ്ങൾ. പതിവുപോലെ അടുത്തവർഷത്തേക്കുള്ള കുട്ടികളെ പിടുത്തമാണ് ലക്ഷ്യം. കരിമ്പിൻതോട്ടത്തിനിടയിൽ നിന്നും ഒരു പെൺകുട്ടി 'മിസ്സ്' എന്നു വിളിക്കുന്നത് കേട്ടാണ് ഞങ്ങൾ സംസാരം നിർത്തിയത്.

ഇരുനിറത്തിൽ മെലിഞ്ഞ ഒരു പെൺകുട്ടി പാതി ചവച്ച കരിമ്പിൻതണ്ടുമായി എന്റെയടുത്തേക്ക് ഓടിവന്നു.

'ഞാൻ വിദ്യാദേവിയാണ് മിസ്. പണ്ട് പാലുകൊണ്ടുവരാറുള്ള സായ് അണ്ണയ്യയുടെ അനിയത്തി.' തെലുങ്കിൽ അവൾ പറഞ്ഞു.

അവന്റെ മരണത്തോടെ അവളെയും മുത്തശ്ശിയെയും കൊണ്ട് മാമനും കുടുംബവും പോയി എന്നാണ് കേട്ടത്.

എ.ഇ.ഒ വന്ന് സ്കൂൾ പൂട്ടി സീൽ വച്ചെങ്കിലും ലക്ഷങ്ങൾ വാരിയെറിഞ്ഞ് ഒരുമാസത്തിനുള്ളിൽ മാനേജുമെന്റ് റീ ഓപ്പൺ ചെയ്തിരുന്നു. എല്ലാ ദുരന്തവുംപോലെ ആ ഒമ്പതാംക്ലാസുകാരന്റെ മരണവും എല്ലാവരും മറന്നു.

നാലുവർഷത്തിനുശേഷമാണ് ഇപ്പോൾ അവർ തിരിച്ചെത്തിയിരിക്കുന്നത്. ആ മുത്തശ്ശി ഞങ്ങളെ കണ്ട സന്തോഷത്തിൽ കുറെ കരയുകയും പറയുകയും ചെയ്തുകൊണ്ടേയിരുന്നു. നാട്ടുരീതിയിലുള്ള തെലുഗായതിനാൽ എല്ലാം മനസ്സിലായില്ലെങ്കിലും കുറെയൊക്കെ എനിക്കു മനസ്സിലായി.

മകന്റെയും മരുമകളുടെയും പീഡനത്തിൽ മനംമടുത്താണ് കൊച്ചുമകളെയും കൊണ്ട് അവർ തിരിച്ചുവന്നിരിക്കുന്നത്.

സ്കൂളുകാർ കുറെ കാശു കൊടുത്തു.

അതൊക്കെ മകൻ കൈക്കലാക്കി.

കുറച്ചുകാലം നന്നായി മകൻ നോക്കി. പിന്നെ അരപ്പട്ടിണിയും മുഴുപ്പട്ടിണിയും ആയതോടെ അവർ കൊച്ചുമകളെയും കൊണ്ട് തിരിച്ചുപോന്നു.

'അപ്പോൾ ഇനി നിങ്ങൾ എങ്ങനെ ജീവിക്കും? മോളെ പഠിപ്പിക്കണ്ടേ?'

ദുർഗാമിസ് അവരോട് ചോദിച്ചു.

'അതിനുള്ളത് പ്രസാദ് സാർ അയച്ചുതരുന്നുണ്ട് മാസാമാസം. അതും കൂടി അവൻ വാങ്ങിയെടുക്കുന്നതുകൊണ്ടാ ഇവളെയും കൊണ്ട് ഇങ്ങു പോന്നത് ഞാൻ.'

കുറച്ചുനിമിഷത്തേക്ക് ഞങ്ങൾ ആരും ഒന്നും സംസാരിച്ചില്ല. അത്രയേറെ ഞെട്ടിച്ചു ആ വാർത്ത ഞങ്ങളെ.

ആ സാറിന്റെ ഒരു വിവരവും പിന്നിതുവരെ കേട്ടിരുന്നില്ല ഞങ്ങൾ. വർക്ക്ഷോപ്പിലുള്ള സ്കൂൾബസ്സിന്റെ കാര്യങ്ങൾ അന്വേഷിക്കാൻ പോയ സാറിനെ കണ്ട് കുട്ടികൾ ഓടുകയായിരുന്നു എന്നു തെളിഞ്ഞതോടെ സാറിനെ വെറുതെ വിട്ടു എന്ന് കേട്ടിരുന്നു. പക്ഷെ, ഇങ്ങോട്ടു വന്നില്ല അദ്ദേഹം പിന്നെ.

'അപ്പോ സാർ എവിടെയാണുള്ളത്?'

'അതറിയില്ല. എല്ലാ മാസവും മോളുടെ പേരിൽ കാശ് വരും. അന്നെല്ലാരും പറഞ്ഞു, ആ കാശ് വാങ്ങേണ്ട എന്ന്. പക്ഷെ, എനിക്കറിയാം, സാറ് മനഃപൂർവ്വം എന്റെ മോനെ കൊന്നതല്ല. അവൻ നല്ലോണം പഠിക്കുന്നതുകൊണ്ട് ഒരുറുപ്പികപോലും ഫീസ് വാങ്ങാതെയാ അവിടെ പഠിപ്പിച്ചത് അന്ന്. ആ സാർ എന്റെ മോനെ ഒരിക്കലും കൊല്ലാൻവേണ്ടി ഒന്നും ചെയ്യില്ല.'

തിരിച്ചുള്ള യാത്രയിൽ ഞങ്ങൾ നിശ്ശബ്ദരായിരുന്നു. ഇത്രയും കാലം അറിയാതെ പറ്റിയ അബദ്ധത്തിന് പ്രായശ്ചിത്തം ചെയ്തുകൊണ്ടിരിക്കുന്ന സാറിന്റെ മുന്നിൽ...അന്ന് അയാളെ തല്ലി പോലീസിന് കൈമാറിയ ഓരോ ബന്ധുക്കളും പുഴുക്കൾക്ക് സമമായിത്തീർന്നിരുന്നു ഞങ്ങളുടെ മനസ്സിൽ അപ്പോൾ.

ആത്മഹത്യക്കപ്പുറം

ഷാളിന്റെ അറ്റത്തെ കുരുക്ക് കഴുത്തിൽ ഇട്ടശേഷം സ്റ്റൂൾ തട്ടിക്കളഞ്ഞ് താഴേക്ക് ചാടുമ്പോൾ 'പെട്ടെന്ന് തീർന്നുകിട്ടണേ' എന്നുള്ള ചിന്ത മാത്രമാണ് ഉള്ളിലുണ്ടായിരുന്നത്.

പക്ഷെ, ആദ്യത്തെ രണ്ടു സെക്കന്റു കൊണ്ടുതന്നെ കഴുത്തിൽ കുരുക്ക് മുറുകിക്കഴിഞ്ഞിരുന്നു. പിന്നെ ഒരിറ്റു ശ്വാസം കിട്ടിയാൽ മതിയെന്നായി. കഴുത്തിലെ മൃദുലമായ പേശികളിൽ ഷാൾ നന്നായി വലിഞ്ഞു മുറുകി കഴിഞ്ഞിരുന്നു അപ്പോഴേക്കും. അച്ഛനോ അമ്മയോ ആരെങ്കിലും ഒന്ന് എഴുന്നേറ്റ് വന്ന് എന്നെ കണ്ടിരുന്നെങ്കിൽ എന്ന് ആ നിമിഷം ഞാൻ ആത്മാർത്ഥമായി ആഗ്രഹിച്ചു.

കൈകാലുകൾ കോച്ചിവലിച്ചുകൊണ്ട് പിടയുന്നതിനിടയിൽ നാക്ക് അറിയാതെ പുറത്തേക്ക് തള്ളിവരുന്നതും അതിൽ പല്ലമരുന്നതും ഞാനറിയുന്നുണ്ടായിരുന്നു.

പിന്നെ മൊത്തം ഇരുട്ടായിരുന്നു.

കട്ട പിടിച്ച ഇരുട്ട്.

ഇപ്പോൾ നിലാവിന്റെ വെളിച്ചംപോലെ ചെറിയ വെട്ടമുണ്ട്. ഇത്രയും സമയം ഞാൻ ഉറക്കത്തിൽ നടക്കുകയായിരുന്നു എന്നു തോന്നുന്നു. എവിടെയാണെന്ന് മനസ്സിലാകുന്നില്ല. പക്ഷെ, ഞാൻ മുന്നോട്ടേക്കു തന്നെ നടന്നുകൊണ്ടിരിക്കുകയാണ്.

അപ്പോഴാണ് ഞാൻ ശ്രദ്ധിച്ചത്. എനിക്ക് ചുറ്റും മലമൂത്രാദികളുടെ രൂക്ഷഗന്ധമാണ്.

ഒരു ഞെട്ടലോടെ താഴേക്കു നോക്കി എനിക്കു മനസ്സിലായി...മരണവെപ്രാളത്തിൽ മലമൂത്രവിസർജ്ജനം നടത്തിയതിന്റെ അവശിഷ്ടങ്ങളാണ് പാവാടയിൽ അങ്ങോളമിങ്ങോളം.

അറപ്പോടെ മൂക്കു പൊത്താൻ ഒരുങ്ങിയ എന്റെ കൈകളിൽ മുറിഞ്ഞുവിഴാറായ നാക്ക് തടഞ്ഞു. തൊണ്ടയിൽ തടഞ്ഞ നിലവിളിയോടെ ഞാൻ ചുറ്റും നോക്കി.

അപ്പോൾ ഇനിയും ഞാൻ മരിച്ചില്ലേ?

'ഇന്റെ ചാവു കയിഞ്ഞ് നേരത്തോട് നേരമായെന്റെ പെണ്ണേ. ഇനീപ്പോ പായ്യാരാക്കീട്ട് കാര്യല്യ. ആടെ ഇരുന്നോ. ഇനി ഇതാ നിന്റേം ലോകം.'

താഴെ മങ്ങിയ ഇരുട്ടിൽ ഒരു സ്ത്രീയുടെ രൂപം കാണാമായിരുന്നു. എന്തോ പേടിയൊന്നും തോന്നിയില്ല.

ഞാൻ കുനിഞ്ഞ് സൂക്ഷിച്ചുനോക്കി.

നരച്ച ഒരു കോട്ടൻസാരി വാരിച്ചുറ്റിയ ഒരു സ്ത്രീ. ആകെ നനഞ്ഞതുപോലുണ്ട്.

നിലത്തിരുന്നിടത്തുനിന്ന് അവർ എഴുന്നേറ്റപ്പോഴാണ് കണ്ടത്. അവരുടെ അടിവയർ വീർത്തിരുന്നു. ഗർഭിണിയാണെന്ന് തോന്നിച്ചു.

'പോകപ്പോകെ എല്ലാം തിരിയും. ആരോടോ ഉള്ള വാശിയിൽ ഒടേതമ്പുരാൻ തന്ന ജന്മം തന്നത്താനെ നശിപ്പിച്ചോർക്കുള്ള ലോകമാണിത്. ഇനിയുമുണ്ട് ഒരുപാട് പേര്. അവിടെയും ഇവിടെയുമായിട്ട്.'

'ശരിയാണ്. ആ മങ്ങിയ ഇരുട്ടിൽ ഒരുപാട് നിഴൽരൂപങ്ങൾ ഉണ്ട്. ആരൊക്കെയോ കരയുന്നുണ്ട്. അടക്കിപ്പിടിച്ച നിലവിളികൾ...ഞരക്കങ്ങൾ...വിതുമ്പലുകൾ...നെടുവീർപ്പുകൾ.

'ഇത് ഇതെവിടെ ആണ്.? ആരാണ് നിങ്ങളൊക്കെ?'

ഒരു പുച്ഛ ചിരിയോടെ തല മാന്തിക്കൊണ്ട് ആ സ്ത്രീ സംസാരിച്ചു തുടങ്ങി.

'ഞാനീട എത്തീറ്റ് കൊറെയായി. അമ്മായിയമ്മയോടുള്ള ദേഷ്യത്തിൽ കിണറ്റിൽ ചാടിയതാ. മൂന്നുമാസം ഗർഭംകൊണ്ട് വെള്ളം കുടിച്ചു വീർത്ത് ചത്തു പൊന്തുംവരെ ആ തള്ള അനങ്ങിയില്ല. ഓർമ്മ വന്നപ്പോ ഈടെയാണ്. ആ പൊതിർന്ന തുണിയും വീർത്ത വയറും ഇപ്പഴും അങ്ങനെതന്നെ.'

'അപ്പോ ഭർത്താവ്?'

'ഭർത്താവ് മാത്രമല്ല മൂത്ത ഒരു കുട്ടീം ഉണ്ടാരുന്നു. അയാൾ ഞാൻ ചത്ത് ഒറ്റകൊല്ലംകൊണ്ട് വേറെ മംഗലം കയിച്ചു. കുട്ടിയെ നോക്കാനാണെന്ന പേര്....പക്ഷെ, രണ്ടുകൊല്ലം കയിഞ്ഞപ്പോ അതേ കിണറ്റില് ന്റെ മോന്റെ ശവവും പൊന്തി.'

അത്രയുംനേരം ഉച്ചത്തിൽ സംസാരിച്ചുകൊണ്ടിരുന്ന അവരുടെ സ്വരം നേർത്തു നേർത്തു ഒരു തേങ്ങൽ പോലെ നിശ്ശബ്ദമായി.

'ആ അതൊക്കെ പോട്ടെ. നീ എന്തിനാ ഇങ്ങനെ ഒരു കടുംകൈ ചെയ്തത്? അതും ഇത്രയും ചെറിയ പ്രായത്തിൽ.'

എനിക്ക് തൊണ്ടയിൽ കയ്പുനീർ തടഞ്ഞു. ദിവസങ്ങളോളം പട്ടിണി കിടന്ന് കരഞ്ഞപ്പോൾ വായിൽ ഊറിയ വെള്ളത്തിന് കയ്പായിരുന്നു.

പെട്ടെന്നെനിക്കവനെ ഓർമ്മ വന്നു. ആരെയും മയക്കുന്ന അവന്റെ ചിരി. ഒരുപാടു സ്നേഹത്തോടെയുള്ള സംസാരം. എന്തിനും കൂടെനിന്ന് ധൈര്യം തരുന്ന സ്വഭാവം.

നാലുവർഷത്തെ പ്രാണനിലലിഞ്ഞ പ്രണയം.

ഒടുവിൽ ഒരു പരുങ്ങലോടെയുള്ള അവന്റെ യാത്രപറച്ചിൽ.

ഒരു വിളിക്കായി... ഒന്നു കാണാനായി...ശ്വാസം കിട്ടാതെ പിടഞ്ഞ ദിവസങ്ങൾ.

അവസാനം ഏതോ ഒരു ദുർബലനിമിഷത്തിൽ അമ്മയെയും അച്ഛനെയും ഓർക്കാതെ...

ഏതോ ഒരു പെണ്ണിനുവേണ്ടി തന്റെ സ്നേഹത്തെ തള്ളിക്കളഞ്ഞ ആ ചതിയനെ ഒരു പാഠം പഠിപ്പിക്കാം എന്ന മിഥ്യാധാരണയിൽ ഒരു ഷാൾ തുമ്പിൽ തീർത്ത ജീവിതം.

'പ്രേമനൈരാശ്യം ആവും ല്ലേ?'

പുച്ഛത്തോടെയുള്ള അവരുടെ ചോദ്യത്തിനു മുന്നിൽ ഞാൻ നിശ്ശബ്ദത പാലിച്ചു.

പെട്ടെന്നാണ് താഴെനിന്ന് ഒരു പൊട്ടിച്ചിരി മുഴങ്ങിയത്.

ഞാൻ ഞെട്ടലോടെ താഴേക്കു നോക്കി.

ശരീരത്തിന്റെ ഭൂരിഭാഗവും പൊള്ളിയടർന്ന് ദുർഗന്ധം വമിക്കുന്ന ഒരു സ്ത്രീശരീരമാണ് താഴെ ഇരിക്കുന്നത്.

അവരുടെ ദേഹത്തെ പഴുപ്പിന്റെ മണം എന്റെ ശരീരത്തിന്റെ നാറ്റത്തേക്കാൾ അറപ്പുളവാക്കുന്നതായിരുന്നു.

'കണ്ണ് തെളിയുമ്പോൾ നീയൊന്ന് ചുറ്റിലും നോക്കിക്കോ. ഇവിടെ വന്ന ഭൂരിഭാഗം പേരും ഒന്നുകിൽ ഭർത്താവിനെയോ അല്ലെങ്കിൽ കാമുകനെയോ കാമുകിയെയോ ഒരു പാഠം പഠിപ്പിക്കാൻ വേണ്ടി ആത്മഹത്യ ചെയ്തവരാണ്.

എന്നിട്ടെന്തായി?

ഈ പറഞ്ഞ ആരുടെയെങ്കിലും ഒരാളുടെ ഇണപോലും അവരെയോർത്ത് ജീവിതം പാഴാക്കിയിട്ടില്ല. അവരെല്ലാവരും അവരവരുടെ ജീവിതം നന്നായി ആസ്വദിച്ചു ജീവിക്കുന്നു.

അവർക്കുവേണ്ടി സ്വന്തം ജീവൻ കളഞ്ഞ നമ്മളോ? പെറ്റുപോറ്റിയ അച്ഛനമ്മമാരുടെ നെഞ്ചിലെ കനലടങ്ങുന്ന കാലം വരെ ഇവിടിങ്ങനെ, നാറിപ്പുഴുത്ത്, നരകിച്ചുകൊണ്ടേയിരിക്കും.'

എന്റെ കണ്ണിൽ ഇരുട്ട് കയറുന്നുണ്ടായിരുന്നു.

ഞാൻ പതുക്കെ ചുറ്റിലും നോക്കി.

ശരിയാണ്, ഒന്നും രണ്ടുമല്ല.

ആയിരക്കണക്കിന് സ്ത്രീരൂപങ്ങൾ. അതിനിടയിൽ എവിടെയൊക്കെയോ പുരുഷന്മാരുടെ നിഴലും കാണുന്നുണ്ട്.

'ആത്മഹത്യ സ്ത്രീകൾക്കു മാത്രമല്ല.'

പകച്ചുള്ള എന്റെ നോട്ടം കണ്ട് അതിലൊരുത്തൻ പിറുപിറുത്തു.

അവന്റെ തലയുടെ പാതിയും പിളർന്നുപോയിരുന്നു. ഇട്ട വസ്ത്രങ്ങൾ മൊത്തം ചോരയിൽ കുതിർന്നുകിടന്നു.

വാഹനാപകടമാണെന്ന് തോന്നുന്നു.

'കാമുകി കൈവിട്ട സങ്കടം തീർത്തതാ.' ചവച്ചിറക്കുന്നതുപോലെ വാക്കുകൾ പുറത്തേക്ക് തുപ്പി അവൻ.

ശരിക്കും ഇപ്പോഴെനിക്ക് അലറിക്കരയാൻ തോന്നുന്നുണ്ടായിരുന്നു. തിരിച്ചു പോകാനൊരു വഴിക്കായി ഹൃദയം പിടഞ്ഞു ഞാൻ പരതിക്കൊണ്ടേയിരുന്നു.

പരാജിതയായി...വിങ്ങിക്കരഞ്ഞുകൊണ്ട് മലത്തിലും മൂത്രത്തിലും കുഴഞ്ഞ് ഞാനും പലരിലൊരാളായി ആ ഇരുട്ടിൽ തളർന്നിരുന്നു.

ഠ

www.ingramcontent.com/pod-product-compliance
Lightning Source LLC
LaVergne TN
LVHW090424051026
849518LV00006B/2430